ஜெய்ப்பூர் நெக்லெஸ்

முதற்பதிப்பு: 2023

First Edition: 2023

Jaipur Necklace

ஜெய்ப்பூர் நெக்லெஸ்

Vaasanthi

வாஸந்தி

ISBN: 978-93-94505-28-5

காப்புரிமை @ ஆசிரியர்

Pustaka Digital Media Pvt. Ltd.
#7-002, Mantri Residency,
Bannerghatta Main Road, Bengaluru - 560 076
Karnataka, India
+91 7418555884

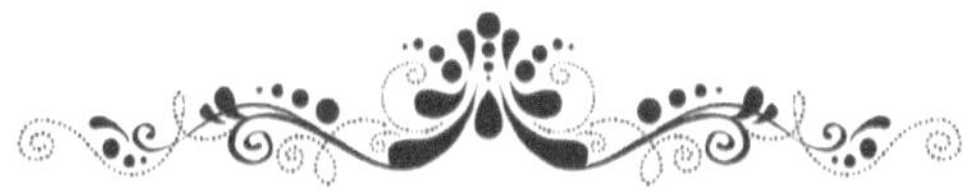

ஜெய்ப்பூர் நெக்லெஸ்

வாஸந்தி

Pustaka
EBooks | Audiobooks | Paperback

அத்தியாயம் 1

"உன்னைக் கல்யாணம் செய்துக்கறேன் சியாமளா!" சியாமளா சட்டென்று நிமிர்ந்து பார்த்தாள். மார்பு வெகுவேகமாக அடித்துக்கொண்டது. இதுவரை உணர்ந்தறியாத ஓர் உணர்வு நெஞ்சை அடைத்து, கன்னத்தையும் செவியையும் சூடாக்கியது. ஒரு வினாடி நாம் கேட்டது நிஜம்தானா என்ற சம்சயம் ஏற்பட்டது.

மனோகரனின் கரங்கள் அவளுடைய தோள்களின் மேல் அமர்ந்திருந்தன. அவளைக் குனிந்து பார்த்த பார்வையில் கருணையா காதலா என்று புரியாத ஒரு உணர்வலை அவளை நோக்கிப் படர்ந்தது. அந்த அழுத்தமான ஸ்பரிசமும், இதுவரை அவளைப் பார்த்துப் புன்னகைத்து எந்த ஆணும் இத்தனை அழகான ஆழமான வார்த்தைகளைச் சொன்னதில்லை என்ற பிரக்ஞையும் அவளைப் பேதலிக்க வைத்தன. அவள் தன்னையறியாமல் தன்னைச் சுற்றிப் பார்வையைச் சுழலவிட்டாள்.

எதிரில் நின்ற அந்த இளஞ்சிவப்பு நிற அரண்மனையை அவள் லேசான ஆச்சரியத்துடன் பார்த்தாள். திடீரென்று ஏதோ ஒரு கனவுலகத்தில் நுழைந்தாற்போல் பிரமையேற்பட்டது. அரண்மனையின் விசால கம்பீரமும் சின்னச் சின்ன உப்பரிகைகளும் யதார்த்த உலகத்தோடு ஒட்டாமல் நின்றன. மிக நுணுக்கமான சித்திர வேலைப்பாடுகளுடன் ஜாலிகள் கொண்ட ஜன்னல்கள் – அந்த ஜன்னலுக்குப் பின்னால் யார் நின்றாலும் வெளியில் நிற்பவருக்குத் தெரியாது. இந்த ஜன்னல்கள் வழியாய்த்தான் ராஜபுத்திர ராஜகுமாரிகள் வெளியுலகத்தைப்

பார்த்திருக்க வேண்டும். ராஜகுமாரர்களுக்காக வழி மேல் விழி வைத்திருக்க வேண்டும்...

அரண்மனைக்குள் காலை வைத்ததும் வழி நெடுக ரத்தினக் கம்பளம் விரித்துத் தண்ணென்றிருந்தது. சுவரில் நீள ஒன்றன்பின் ஒன்றாக ராஜபுத்திர அரசர்களின் ஆளுயர ஓவியங்கள். ஒவ்வொரு அரசனின் பார்வையும் வீரம் மட்டுமில்லை, கவிதையும் பேசிற்று. புன்னகைக்கும் அதரங்களில் ஒரு சல்லாபம் தெரிந்தது. கூட வந்த 'கைட்' ஒவ்வொரு அரசனின் பெயரையும் சொல்லிக்கொண்டு வந்தார். அவளுக்கு எதுவுமே காதில் விழவில்லை. அந்தக் சூழல் கிளப்பிவிட்ட கிறக்கமான குதூகலமே நெஞ்சில் நிறைந்திருந்தது. ஒரு பெரிய கூடம் முழுவதும் பாரஸீகக் கம்பளங்கள். பல லட்ச ரூபாய் பெறுமான கம்பளங்கள். மற்றொரு கூடத்தில் ராஜாக்களின் விலையுயர்ந்த ஆடைகள். ராணிகளின் பாவாடைகள், அழகிய ஆபரணங்கள்.

"ஓ ராணிகள் ரொம்ப அதிர்ஷ்டம் செய்தவர்கள்!" என்றது ஒரு சின்னப்பெண்.

"நிச்சயமாக இல்லை!" என்றார் கைட். "அவர்களுக்கு. எந்தவிதமான சுதந்திரமும் இருக்கவில்லை. நிறைய ஏக்கங்கள் இருந்திருக்க வேண்டும். அவர்கள் ரொம்பவும் தனிமையை அனுபவித்திருக்க வேண்டும்."

திடீரென்று அவளுக்கு அந்த ராணியின் நிலை புரிந்து போனாற்போல் இருந்தது. தனக்கும் அவர்களுக்கும்...

"நகையைப் பார்க்கலாம் வர்றியா?" என்றான் மனோகரன். அவள் சட்டென்று சுயநினைவுக்கு வந்தாள்.

ஜெய்ப்பூர் அரமனையின் ஒரு பிரத்யேக அறை. மகா ராணியின் நகைகள் விற்பனைக்காக ஒரு கண்ணாடிக் கேஸில் புராதன அழகோடு காத்திருக்கின்றன. பல வண்ண ஓவியங்களுடன் ஸீலிங்குகள், சிற்ப வேலைப்பாட்டுடன் கதவுகள், வெல்வெட்டுத் திரைச் சீலைகள்.

அந்த அறையில் தனிமையாக அவளும் மனோகரனும், அறையின் அமைப்பும், அவனுடைய பார்வையும், பேசின வார்த்தைகளும் அவளுள் ஒரு போதையை ஏற்படுத்தின. கனவு நனவாகிப்போன மாதிரி.

"நான் சொன்னது காதிலே விழுந்ததா சியாமளா? நான் உன்னைக் கல்யாணம் பண்ணிக்கிறேன்."

அவனைப் பார்த்தாள்.

அவன் முகத்தில் ஏதோ ஒரு ஆகர்ஷிப்பு இருக்கிறதே? அவன் கைப்பட்ட இடத்திலிருந்து உடம்பு முழுவதும் ஏதோ மின்சார அலை பாய்கிறதே? மனசு ஜிவ்வென்று சிறகடித்துப் பறக்கிறதே? வெறும் வார்த்தைகளினாலும் பார்வையினாலும் இந்த உள்ளம் கிறங்கிப்போக வேண்டுமானால் அதற்குப் பலமான காரணம் இருக்க வேண்டும்.

வரட்சி

அதில் அவ்வப்போது சற்று நீரைத் தெளிக்க வேண்டும் என்றுகூட இதுவரை யாருக்கும் தோன்றாததால் ஏற்பட்ட வரட்சி,

மனோகரனின் கைகள் தோளிலிருந்து இறங்கி அவளுடைய இடுப்பைச் சுற்றின, வெற்று சரீரத்தில் பரவிய உஷ்ணம் அவளுக்கு நூதனமாக இருந்தது. புரியாத கற்பனைப் பிரதேசங்களுக்கு அழைத்துச் சென்றது.

"என்ன பதிலே பேசமாட்டேங்கறே சியாமளா?"

அவள் மெல்லத் தன்னைச் சமாளித்துக்கொண்டு கண்களைத் தாழ்த்திக் கொண்டாள். அவனுடைய அண்மையும் அவன் உபயோகிக்கும் ஆஃப்டர் ஷேவிங் லோஷனும் என்னவோ செய்தது.

"எனக்கு என்ன சொல்றதுன்னு புரியல்லே."

"ஏன்?"

"திகைப்பா இருக்கு. பயமாக இருக்கு."

அவன் சரேலென்று தன் கைகளை விடுவித்தான். கண்ணாடிக் கேஸில் நகைகளை ஆராய்கிற மாதிரி பார்வையைத் திருப்பிக்கொண்டான்.

"என்னை நீ நம்பல்லே. இல்லையா?"

மெல்லிசாக, ஆழமாகத் தொனித்த அந்தக் குரலைக் கேட்டு அவளுக்குப் பயமேற்பட்டது. கோபப்படுத்தி விட்டோமோ?

"நம்பல்லேன்னு இல்லே." என்றாள் அவசரமாக "இதுவரைக்கும் யாரும் அந்த மாதிரி என்னைக் கேட்டதில்லே. நீங்க திடீர்னு அப்படிக் கேட்டதும் ஒண்ணும் புரியல்லே!"

அவன் திரும்பிப் பார்த்துப் புன்னகைத்தான். தன்னுடைய புன்னகை ரொம்ப வசீகரமானது என்று இவனுக்குத் தெரிந்திருக்கவேண்டும் என்று அவள் நினைத்துக்கொண்டாள்.

"இங்கே வா." என்று அவளைத் தன்னருகில் இழுத்துக்கொண்டான் மனோகரன். "இந்த நகைகளைப் பார். அந்த மாலை எப்படியிருக்கு?"

அவள் ஆர்வத்துடன் பார்த்தாள். முத்தும் வைரமும் நீலமுமாக மிக உயர்ந்த வேலைப்பாட்டுடன் மகாராணியின் கழுத்தில் இருந்த மாலை.

"ரொம்ப நல்லாயிருக்கு!"

"குட். அதை நான் உனக்கு வாங்கப்போறேன்!"

தூக்கிவாரிப்போட்டு, கண்கள் விரிய அவள் பார்த்தாள்.

"ஐயோ...அது ரொம்ப விலையா இருக்கும்!"

அவன் செல்லமாக அவளுடைய முகவாயைத் தூக்கினான்.

"இந்த விலை மதிப்பில்லாத முகத்துக்கு முன்னாலே அதெல்லாம் துச்சம்."

அவள் நெகிழ்ந்து போனாள். நம்மேல் நிஜமாகவே இவனுக்கு இத்தனை பிரியமா?

"இதுவரை யாரும் உன்னைக் கல்யாணம் பண்ணிக்கிறேன்னு சொல்லல்லேங்கறே. எவனையும் பக்கத்திலேயே உங்க அத்தானும் அக்காவும் விட்டிருக்கமாட்டாங்க! அப்படித்தானே?" என்றான்.

அவள் பார்வையை நகைகள் பக்கம் திருப்பினாள் மௌனமாக. இவன் சொல்வது வாஸ்தவமான வார்த்தை என்கிற உணர்வில் சுரீரென்று ஒரு கோபம் மனசில் மூண்டது.

"ஆமாம், உனக்குக் கல்யாணமாயிடுத்தென்றால், உன் நாட்டியத்தினால் கிடைக்கிற வருமானம் போயிடுமேன்னு அவங்களுக்கு பயம். வீட்டிலே வேலை செய்ய வேறு ஆளைத் தேடுணுமேன்னு பயம். உனக்கு மனசுன்னு ஒண்ணு இருக்கிறது அவங்களுக்குத் தெரியுமா? காலுக்கு சலங்கை கட்டிக்கொண்டு மனசுக்கு விலங்கும் போட்டுக்கணும்ன்னு உங்க அக்கா நினைக்கிறா!"

சட்டென்று அவள் மனசில் ஒரு கிளர்ச்சி பொங்கிற்று. நம் மனசின் ஏக்கங்களை இவனைவிட நன்றாக யாராலும் புரிந்துகொள்ள முடியாது என்று தோன்றிற்று.

"அதனாலே தான் உன்னைத் தனியா அழைச்சிட்டு வந்து கேக்கணும்ன்னு இங்கே வந்தேன்."

அவன் மறுபடியும் அவளுடைய தோள் மேல் கைகளை வைத்து ஆழமாகப் பார்த்தான்.

"உனக்கு என்னுடைய வார்த்தைகளைக் கேட்டதும் எத்தனையோ பயங்கள் தோன்றியிருக்கும். இப்பத்தான் ஒரு நல்ல டான்ஸர்னு பெயர் வாங்க ஆரம்பித்திருக்கிறாய். கல்யாணம் பண்ணிக்கொண்டால் அந்தக் கலையைத் தொடர முடியுமான்னு உனக்கு பயமேற்பட்டிருக்கும்... இல்லையோ?"

அவள் தனக்குள் சிரித்துக்கொண்டாள். வாஸ்தவத்தில் அவனுடைய வார்த்தைகள் உண்டாக்கிய மயக்கத்தில் தான் ஒரு டான்ஸர் என்பதே தனக்கு மறந்துபோய்விட்டது என்றால் இவன் நம்புவானா?

"நான் ஒரு ரசிகன் சியாமளா. முதல் முதல்லே எனக்கு மோகம் ஏற்பட்டது உன் நாட்டியத்து மேலேதான். இத்தனை வித்தையும் வெறும் உள்ளூரிலேயே இருந்ததானால் குடத்திலே வெச்ச விளக்கு மாதிரிதான் ஆகிவிடும். உன்னை நான் உலகப் பிரசித்தமாக ஆசைப்படறேன். அதுக்கு வேணுங்கற செல்வாக்கு எனக்கிருக்கு. பணம் இருக்கு. வர்ல்ட் பேமஸாகணும்னு உனக்கு ஆசை இருக்கா இல்லையா?"

"இருக்கு." என்றாள் அவள் சட்டென.

"நான் ஆக்கறேன் உன்னை!"

உலகப் புகழ்-அவளுடைய அன்றாடக் கனவு - அது சாத்தியமா? அதுவும் அவள் வேண்டி நிற்கும் ஆணின் துணையுடன் கூட?

வெகு நீளத் தூண்டிலாக இருந்தது. அதில் வெகுலாகவமாகத் தான் சிக்கிவிட்டோமோ என்று நினைத்துக்கொண்டாள்.

"இன்னொரு யோசனையும் உனக்கு இருக்கும். எனக்கு ஏற்கனவே கல்யாணம் ஆகி ஊரில் மனைவி இருப்பது உனக்குத் தெரியும். அதைப்பற்றிக் கவலைப்படாதே சியாமளா. எனக்குப் பணம் காசிருந்தும் தாம்பத்ய விஷயத்திலே நான் ரொம்பத் துரதிருஷ்டக்காரன். அவளுக்கும் எனக்கும் எந்த விஷயத்திலேயும் பொருத்தமில்லே பேருக்குத்தான் அவள் என் மனைவி. இந்த என் துக்கத்தை நான் இத்தனை வருடமாய்த் தனியா சுமந்திருக்கிறேன். எனக்குத் தோழமை வேணும் சியாமளா. என் ரசனைக்குத் தகுந்த ஒரு சினேகிதி வேணும். அந்த சினேகிதத்தை நீதான், நீ ஒருத்திதான் எனக்குக் கொடுக்க முடியும். நான் ரொம்ப யோசிச்சு இந்த

முடிவுக்கு வந்திருக்கேன். என் மனைவி மீனாட்சி நமக்குக் குறுக்கே நிற்கமாட்டாள், டைவோர்ஸ் பண்ணிடுவேன்."

நகைகளின் விற்பனையை கவனிக்கும் ஆள் உள்ளே வந்தார்.

"ஸெலக்ட் செய்துவிட்டீர்களா?" என்றார்.

"ஓ யெஸ்! இந்த மாலை வேண்டும்."

"நாற்பதாயிரம் ஆகும். செக் ஏற்றுக்கொள்ள மாட்டோம்."

"எனக்கு அது தெரியும்."

சியாமளா விக்கித்துப் போனாள். இத்தனை பணத்தைத் தனக்கு இன்னும் சம்பந்தமேயில்லாத ஒருத்திக்கு, நொடிப் பொழுதில் விட்டெறிய வேண்டுமானால் இவனிடம் உண்மையில் எவ்வளவு பணம் இருக்கும்?

ஆரத்தை வாங்கி அவளுடைய கழுத்தில் அவன் மாட்டியதும் அவள் உணர்ச்சிப் பெருக்கில் திக்குமுக்காடிப் போனாள்.

"நகையைக் கொடுத்து ஆசைகாட்டி உன்னை நான் சம்மதிக்க வைக்கப் பார்க்கிறதா நீ நினைக்கக்கூடாது. நீ என்னை ஏத்துக்க இஷ்டப்பட்டாலும் இஷ்டப்படாவிட்டாலும் இந்த நகை உனக்குத்தான்." என்றான் மனோகரன்.

அவள் இத்தகைய தாராளத்தை இதற்குமுன் கண்டதில்லை. 'இப்படிப்பட்ட மனசுக்குத்தான் அன்பு செலுத்தவும் தெரியும்' என்று தோன்றியது.

"நான் இனிமே உன்கிட்டே எதையுமே கேக்க மாட்டேன். நீயே யோசிச்சுப் பார்த்து இஷ்டமிருந்தா எனக்குச் சம்மதம்னு சொல்லு. நீ ஒரு மேஜர். உன் இஷ்டப்படி வாழ்க்கையை அமைச்சுக்கறதுக்கு உனக்குப் பூர்ண சுதந்திரம் இருக்கு. வா நாம் போகலாம். உங்க அக்காவும் அத்தானும் உன்னை

நான் எங்கே அழைச்சிட்டுப் போயிட்டேனோன்னு தவிச்சுப்போயிருப்பாங்க!''

அவனுடைய குரலில் பரிகாசம் தொனித்தது.

ஆனால் அந்தப் பரிகாசத்தில் நியாயமிருக்கிறது என்று அவளுக்குத் திடீரென்று தோன்றிற்று. திரும்பும் வழியில் அவள் வெகுநேரம் யோசனையில் இருந்தாள். அவர்கள் தங்கியிருந்த ஓட்டலுக்கு முன்னால் வண்டி நின்றது.

''எனக்கு என்ன பதில், சியாமளா?'' என்றான் அவன்.

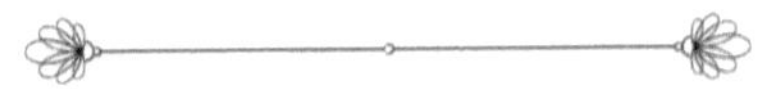

அத்தியாயம் 2

"**ச**ரி, பண்ணிக்கிறேன்." என்றாள் சியாமளா. வெகு நேரம் கழித்து மனோகரனின் பார்வையில் ஒரு போதை தெரிந்தது.

மடிமீதிருந்த அவள் கையின் மேல் அவன் தன் கையை வைத்து அழுத்தினான். உணர்ச்சிப் பெருக்கினால் ஜில்லிட்டுப் போயிருந்த அவளது கைவிரல்களின் வழியாக அவனது ஸ்பரிசத்தின் கதகதப்பு அத்தனை ரத்த நாளங்களிலும் சூடேறிற்று.

"இறங்க மனசு வரல்லே மனோகரன். வேறே எந்த நினைப்பும் இல்லாம இப்படியே உங்களோட போய்க்கிட்டிருக்கலாம் போல இருக்கு."

"ஓ கமான், டோண்ட் பி ஸில்லி." என்றான் அவன் கொஞ்சலாக.

"அதுக்கு கொஞ்ச நாள் பொறுத்திரு. உன் இஷ்டப்படி இருக்கலாம். இப்ப எழுந்திரு. உங்கக்கா வாசலிலேயே நிற்கிறாள் பார்."

காரிலிருந்து இறங்குகையில் சட்டென்று அவளுக்கு அலுப்பேற்பட்டது. அக்காவும் அத்தானும் வெகு அந்நியமாகப் போய்விட்டாற்போல் தோன்றிற்று. இது திடீரென்று ஏற்பட்ட உணர்வில்லை. வெகுநாட்களாக மனத்தில் கனன்று கொண்டிருக்கும் உணர்வு. இப்பொழுதுதான் பளிச்சென்று பிரக்ஞையில் உறைக்கிறது.

அவள் தன்னையறியாமல் தலைப்பால் கழுத்தை நன்றாக மூடுகிற மாதிரி போர்த்திக்கொண்டாள்.

அவன் வியப்புடன் அவளைப் பார்த்தான். "ஏன், அக்காவுக்கு அதைக் காட்டப் போறதில்லையா?"

"ஊஹீம்! அவ ரொம்பப் பொறாமை பிடிச்சவ!"

அவன் தோளைக் குலுக்கியபடி சிரித்தான். "வேடிக்கையா இருக்கு உன் பேச்சு. சில சமயம் குழந்தை மாதிரி நடந்துக்கறே நீ, சியாமளி!"

"என்னளவு உங்களுக்கு என் அக்காவைப்பத்தித் தெரிஞ்சிருந்தா இது வேடிக்கையாக இருக்காது."

ஓட்டல் முகப்பிலேயே கமலா நின்றிருந்தாள். கூடவே அத்தான் - முகத்தில் கேள்விக்குறியுடன்.

"என்ன மனோகரன் இத்தனை லேட்?"

"என்னவோ லேட்டாயிட்டுது நடேசன். உங்க சியாமளா என்ன வளர்ந்த பொண்ணாவா நடந்துக்கறா? சின்னக் குழந்தையாட்டம் ஒரு இடத்துக்குப் போனா லேசிலே கிளம்ப மாட்டேங்கறா!"

"இத்தனை லேட்டாயிருச்சா, எனக்குக் கொஞ்சம் கவலையாப் போச்சு!" கமலாவின் குரலில் லேசான குற்றச்சாட்டு ஒலித்தது.

"நான் என்ன செய்யட்டும் இவள்தான் பட்டிக்காட்டான் பட்டணத்தைப் பார்த்த மாதிரி எதைப் பார்த்தாலும் வாயைப் பிளக்கிறாள்!"

"நான் பட்டிக்காடா?" என்றாள் சியாமளா பொய்க் கோபத்துடன்.

"ஆகா, இரண்டு வருஷத்துக்கு முன்னாடி நீ எப்படி இருந்தேன்னு என்னைக் கேட்டால் தெரியும்!" வழக்கமாகக் கமலா சொல்லும் வார்த்தைகள் இன்றைக்கும் சியாமளாவுக்கு அதிகமாக ஆத்திரத்தைக் கிளப்பின.

"சரி நான் பட்டிக்காடுதான். நீதான் என்னை நாகரீகப்படுத்தியிருக்கே. அதை நீ இப்படி அநாகரிகமா சொல்லிக் காண்பிக்க வேண்டாம்."

மனோகரன் அவளைப் பார்த்துக் கவர்ச்சியாகச் சிரித்தான்.

"நீங்க ரெண்டு பேரும் சாவகாசமாக சண்டை போடுங்க. நான் கொஞ்சம் வெளியிலே போய்ட்டு வரேன். இன்னும் இரண்டு மணி நேரத்திலே டில்லிக்குக் கிளம்பணும். தயாராயிருங்க. நடேசன், ஓட்டல் பில் பேமெண்ட் எல்லாம் என் பொறுப்பு!"

நடேசனின் முகத்தில் உடனடியாக இளக்கம் தெரிந்தது.

"எதுக்குங்க நீங்க சிரமப்படுத்திக்கணும்?"

"நீங்க என்னுடைய கெஸ்ட் நடேசன். நான்தான் உங்களை ஜெய்ப்பூருக்கு அழைச்சிட்டு வந்தேன்!. அப்ப ரெடியாயிருங்க. சியாயளா, ஒரு மணி நேரத்திலே வந்துடறேன்!"

பிரத்தியேகமாய் அவளிடம் அவன் சொல்லிக்கொண்டு கிளம்பிய நெருக்கத்தில் பார்த்த பார்வையில் பல ஆயிரம் அர்த்தங்கள் அவளுக்குத் தெரிந்தன. கண் இமைகள் சிறகடித்து கன்னங்களில் சிவப்பேற்றிற்று.

அவனுடைய கார் கிளம்பிப் போனதும் கமலா நிதானமாக அவள் அருகில் வந்தாள்.

"எங்கே, கழுத்திலே இருக்கிறதைக் கொஞ்சம் காண்பி!"

மெல்லிய குரலில் வந்த அந்த வார்த்தைகள் ஏற்படுத்திய திகைப்பில் கை மறுபடி விருக்கென்று தலைப்பை இன்னும் இழுத்துப் போர்த்திக்கொண்டு, "ஒண்ணும் இல்லையே!" என்றாள்.

"ஒண்ணும் இல்லேன்னா என்னிக்கும் இல்லாத வழக்கமா எதுக்கு இப்படிப் போர்த்திட்டு நிக்கறே! இதபார் சியாமளா,

எங்கிட்டேயிருந்து எதையும் மறைக்கப் பார்க்காதே. நீ காரிலிருந்து இறங்கும்போதே கவனிச்சேன் கழுத்திலே என்னவோ இருந்தது. அதை நான் பார்க்கக்கூடாதுன்னு இப்படிப் போர்த்திக்கொண்டு நிக்கறே. உனக்குள்ளே இத்தனை நீசத்தனம் இருக்கும்னு தெரிஞ்சிருந்தால் கிராமத்திலேர்ந்து உன்னை அழைச்சிட்டும் வந்திருக்க மாட்டேன். அதுக்கப்பறம் இத்தனை பாடும்பட்டிருக்க மாட்டேன்!"

சியாமளாவுக்கும் சுரீரென்று ஆத்திரம் ஏற்பட்டது. கழுத்தில் ஏறியிருந்த கனம் புதிய தெம்பை அளித்த மாதிரி ஒரு வேகம் எழுந்தது.

"சும்மா இந்த வார்த்தைகளையே சொல்லி என்னைப் பிளாக்மெயில் பண்ணப் பார்க்காதேக்கா! குஞ்சம்மாகிட்ட வளர்ந்தவள் நான். கத்துக்குடுத்தாலும் நீசத்தனம் வராது. இந்தா, பார்த்துக்க!"

அவள் சரேலென்று மூடியிருந்த தலைப்பை விலக்கினாள்.

கமலாவின் கண்களில் விழி கொள்ளாத ஆச்சரியமும் மோகமும் பொங்கின. கழுத்தைச் சுற்றி இறங்கி மதர்த்த மார்பகங்கள் வரை படர்ந்த ரத்தினங்களை, வைரங்களை நம்ப முடியாத திகைப்புடன் அவள் பார்த்து நிற்கையிலேயே மறுபடி சியாமளா தலைப்பை எடுத்து மார்பை மூடினாள்.

கமலாவின் பார்வை அகலவில்லை. "ஏதுடி அது?"

"மனோகரன் வாங்கிக் கொடுத்தார்."

கமலாவின் கண்களில் லேசாக ஒரு பொறாமைக் காற்று தோன்றி மறைந்தது.

"கழுத்திலிருந்து கொஞ்சம் கழட்டித்தான் காமியேன்."

அவள் புரியாத ஒரு பிடிவாதத்தோடு நெக்லெஸைக் கெட்டியாகப் பிடித்துக் கொண்டாள். "ஊஹூம். மாட்டேன்."

கமலாவின் பார்வையில் வெளிப்படையான கோபம் தெரிந்தது.

"என்ன இது, இத்தனை ராங்கி பண்ணிக்கிறே? நான் என்ன பிடுங்கிக்கவா போறேன்? மனோகரன் சரியாகத்தான் சொன்னார். காணாததைக் கண்ட மாதிரிதான். ஆடறே நீ!"

அவள் சொல்வதில் கொஞ்சம் உண்மையிருக்கலாம் என்கிற உணர்வில் அவளுக்குச் சுரீரென்றது.

"சரி, இந்தா பார்."

நகையைப் பிடித்த கமலாவின் கைகள் அதை மானசீகமாய் எடை பார்த்தன.

"ரொம்ப விலையிருக்கும் போலிருக்கே?"

"ரொம்ப. நாற்பதினாயிரம் ரொக்கம்!"

கமலா அதிர்ந்துபோய்ப் பார்த்தாள்.

"என்னது? அத்தனை விலை கொடுத்து ஏன் வாங்கறார்?"

"நீ அவரைத்தான் கேட்கணும்!"

"காரணமில்லாமல் யாராவது வாங்குவாங்களா?"

அவளுக்குச் சிரிப்பு வந்தது. "எனக்காக, என் டான்ஸைப் பார்த்து ரசிச்சு அவர் எனக்குக் கொடுத்தார்ன்னு வைத்துக்கொள்ளேன். நீதானே சொல்லுவே, என் தங்கையோட டான்ஸைப் பார்க்கிறவங்க பொன்னா வந்து கொட்டப்போறாங்க என்று. இப்ப இந்த மாலையைப் பார்த்து ஆச்சரியப்படறியே?"

கமலா எதுவும் பேசாமல் மாலையைத் திருப்பித் திருப்பிப் பார்த்தாள். பிறகு மெல்லப் புன்னகைத்தாள். "நீ சொல்றதும் வாஸ்தவம்தான். மனோகரன் நல்ல ரசிகர் சந்தேகமில்லை. இதைப் பெட்டிக்குள்ளே வெச்சுப் பூட்டிடறேன். அதுதான் பத்திரம்."

சொல்லிக்கொண்டே நகர்ந்த கமலாவின் மேல் சரேலென்று பாய்ந்து சியாமளா அதைப் பறித்துக்கொண்டாள்.

"வேண்டாம். இதை நான் என் கழுத்திலேயே போட்டுக்கறேன். அதுதான் பத்திரம்!"

கமலாவுக்கு முகம் சிவந்தது.

"உனக்கென்ன பைத்தியம் பிடிச்சிருக்கா? இத்தனை விலை பெற்ற ஒரு நகையைப் பிரயாணம் செய்யும்போது போட்டுப்பாங்களா?"

"பரவாயில்லை!"

அவளது திடீர்க் கோபத்தின் சூரணம் புரியாமல் திகைத்தவளாய்க் கமலா ஒரு வினாடி அவளைத் தீர்க்கமாய்ப் பார்த்தாள்

"ரொம்பப் பெரிய மனுஷித்தனம் உனக்கு வந்துட்டுது சியாமளா. அதோட நிறைய மண்டைக்கனமும் சேர்ந்து போச்சு. இன்னிக்கு நீ இருக்கிற நிலைக்கு நானும் அத்தானும்தான் காரணம் என்கிறது உனக்கு மறந்து போச்சு!"

அக்காவுக்குக் கோபம் வரும்போதெல்லாம் இந்த வார்த்தைகளும் வருவது சகஜமாகப் போய்விட்டன. முன்பெல்லாம் அவை அவளை வேதனைப்படுத்தும். நாம்தான் சரியாக நடந்துகொள்ளவில்லை என்கிற குற்ற உணர்வு நெஞ்சை அழுத்தும். அனைத்திந்திய அரங்கில் ஒரு நாட்டிய அரசியாகத் தான் இப்பொழுது நிற்பது இவர்களின் முயற்சியால்தான் என்கிற ஞாபகம் நாவை அடக்கும்.

இப்பொழுதெல்லாம். இந்த வார்த்தைகள் எந்தவிதமான பாதிப்பையும் ஏற்படுத்துவதில்லை. அவளுக்கும் அவர்களுக்கும் இடையே ஒரு சுவர் எழும்பி எத்தனையோ நாட்களாகிவிட்டன. இனிமேல் புதிதாக அக்கா அவளுடைய அந்தரங்கங்களை, அபிலாஷைகளை அறிய முயலப்

போவதில்லை. அறிந்தாலும் அனுதாபப்படக்கூடிய அளவுக்கு இவளுக்கு மென்மையான உணர்வுகள் கிடையாது...

அக்கா இன்னும் ஏதோ சொல்லிக் கொண்டிருந்தாள். "என் பாதுகாப்பிலே நீ இருக்கே. ஒரு ஆம்பளை ஒரு விலையுயர்ந்த நகையைக் கொடுத்தான்னா என்ன ஏதுன்னு யோசிக்காமல் கழுத்திலே மாட்டிக்கிறதா? மாட்டிக் கொண்டதும் இல்லாமல் எங்கிட்டேயிருந்து மறைக்கப் பாக்கறியே, அது நல்லாயிருக்கா?"

விஷயத்தைச் சொல்லிவிடலாமா என்று யோசித்துப் பிறகு சியாமளா பேசாமல் இருந்தாள். இப்போதே சொன்னால் அக்கா தன் ஆங்கார பாஷையில் விஷயத்தை ரொம்பவும் கொச்சைப்படுத்துவாள் என்று பயமேற்பட்டது.

"கமலா! அவளைச் சித்த நேரம் சும்மாத்தான் விடேன்!" என்றார் நடேசன்.

சட்டென்று அடங்கியவளாய்க் கமலா அவளை ஒரு குரோதப் பார்வை பார்த்துவிட்டு உள்ளே திரும்பினாள்.

"சோழியன் குடுமி சும்மா ஆடாதும்பாங்க. இவன் குடுமி எதுக்கு ஆடுதுன்னு பார்க்கணும்" என்று அவள் முணுமுணுப்பது நன்றாகக் கேட்டது.

சியாமளா கண்ணாடிக்கெதிரில் நின்றாள். தலைப்பை லேசாக விலக்கினாள். மனோகரன் தந்த பரிசு, எனக்கு அதுதான் முக்கியம் என்று தனக்குள் சொல்லிக்கொண்டாள். உனக்கு அதன் பொருள் மதிப்பு ஒன்றுதான் தெரியும் அக்கா. எனக்கு அந்த யோசனையே இல்லை. நகை ஆசையினால் உன்னிடமிருந்து நான் இதைப் பறித்துக் கொள்ளவில்லை. எனக்கு இது காட்டும் பரிணாமம் வேறு. நானும் ஒரு தனி மனுஷி என்கிற தெம்பை அளிக்கும் வஸ்து இது. என்மேல் அன்பு செலுத்த ஒருத்தன் இருக்கிறான் என்பதன் சின்னம் இது...

உன்னை மாதிரிதான் எல்லோரும் இருப்பார்கள் என்று நினைக்கிறாய். ஆதாயமில்லாமல் யாரும் எந்தக் காரியமும் செய்யமாட்டார்கள் என்று நினைக்கிறாய்.

'நீ என்னை ஏத்துக்க இஷ்டப்பட்டாலும் படாவிட்டாலும் இந்த நகை உனக்குத்தான்.' சோழியன் குடுமி மனோகரனுக்கு இல்லை என்று உனக்குப் புரிகிறதா, அக்கா?

நீ முணுமுணுத்த வார்த்தைகள் யாருக்கு அதிகமாகப் பொருந்தும்? உனக்கா அவருக்கா?

"சியாமளா, பாக் பண்ணியாச்சா?"

நடேசனின் குரல் கேட்டு அவள் சுயநினைவுக்கு வந்தாள்.

"பண்றேன்."

அவள் இயந்திர கதியில் உடுப்புக்களை மடித்துப் பெட்டியில் அடுக்கினாள். மூளையில் ஒரே எண்ணம்தான் பிடிவாதமாகச் சுற்றிச் சுற்றி வந்தது. அக்காவின் சின்னத்தனம் விசுவரூபமாகச் சுழன்றது. ஒவ்வொன்றிற்கும் ஆதாயம் எதிர்பார்ப்பது நீதான் என்று குமுறிற்று. அதனால்தான் நீ என்னை டில்லிக்கு அழைத்து வந்தாய். நீதான் ஆசைக் கோட்டைகளை என்னுள் எழுப்பினாய். என்னுடன் ரத்த சம்பந்தம் உடையவள் நீ என்கிற ஆத்மார்த்தமான ஆகர்ஷிப்பில் உன்னைத் தொடர்ந்தேன்.

வெறும் சதங்கை கட்டிய கால்களை நீ அழைத்து வரவில்லை, அக்கா! அந்தக் கால்களுக்கு மேல் ஒரு மனசு இருக்கிறது. சராசரிப் பெண்ணின் ஏக்கங்கள் கொண்ட மனசு...

ரத்த சம்பந்தமே இல்லாத அந்தக் குஞ்சம்மாவுக்குக்கூடப் புரிந்தது அது...

அத்தியாயம் 3

அந்தச் சின்னக் கிராமத்தில் இரண்டே தெருக்கள். கிராமத்தின் நடுமையத்தில் நரசிம்ம சுவாமி கோவில்.

வீட்டு வாசல்களில் சின்னச் சின்ன வட்டங்களுக்கு நீர் தெளிக்கப்பட்டு, சாணத்தால் கெட்டிப்பட்டு, புள்ளிக் கோலங்கள் இளம் காலை வெய்யிலில் மின்னுகின்றன.

தெருக்கோடியில் தமிழ் வாத்தியார் சுந்தரத்தின் வீடு. அநேகமாய் இருட்டாய் இருக்கும் வீட்டிற்குள் சூரிய வெளிச்சம் வரும் நடு முற்றத்தில் பெண் குழந்தைகள் விளையாடிக் கொண்டிருக்கின்றன. ஆண் குழந்தைகள் பழையதைச் சாப்பிட்ட கையுடன் பம்பரத்துடன் தெருப்பக்கம் சென்றிருக்கிறார்கள்.

"கில்லாபாண்டி, கீபாண்டி, மாபாண்டி, என்ன மூச்சு?"

"முறுக்கு மூச்சு!"

"முறுக்கு மூச்சு பிடித்தவளே, ஆனி மாம்பழம், தின்னவளே, கை மடக்கு!"

"மாட்டேன்!"

"மாட்டேன்னா வல்லேன்னா தாரு தாரா வாழைக்கா, தாளம் போடும் கோபுரம், சீதாதேவி, பூமாதேவி...!"

"ஏண்டி மூதேவிகளா!" உள்ளங்கைகளைத் தரையில் பிரித்து அழுக்கியபடி உட்கார்ந்திருந்த சியாமளியின் பிஞ்சுக்கைகள் அதட்டலைக் கேட்டுத் தூக்கிவாரிப் போட்டு அதிர்ந்து நகர்கின்றன.

சமையலறை வாசலில் அம்மா கோபத்துடன் நிற்கிறாள். முன்னால் சாய்ந்து விழும் வயிற்றைச் சிரமத்துடன் பிடித்து இழுத்த மாதிரி மூச்சு இரைத்தபடி நிற்கிறாள்.

"நீங்களும் வெளியிலே தொலையுங்களேண்டி, இங்கே உக்காந்து என்ன இரைச்சல்!"

காமுவும் கமலாவும் விருக்கென்று எழுந்திருக்கிறார்கள். சகோதரிகளைத் தொடர்ந்து சியாமளியும் விசாலியும் சின்னப் பாவாடைகள் குலுங்க ஓடுகிறார்கள்.

திண்ணையில் ஞாயிறு விடுமுறையின் சாவதானத்தில் சகாக்களுடன் சீட்டாடிக் கொண்டிருக்கும் அப்பாவைக் கடந்து ஓடுகிறார்கள்.

தெருவில் மளமளவென்று பாண்டிக் கட்டம் வரைந்து, வழக்கமான தனது அதிகாரத்தோடு கமலா ஆட்டத்தை ஆரம்பிக்கிறாள். கழுத்தைத் தூக்கிக் கண்ணை அரைகுறையாய் மூடி, 'சரியா, சரியா?' என்று கேட்டுக்கொண்டு கட்டக் கோடுகளைக் கடக்கையில் சியாமளியின் கவனம் ஆட்டத்தில் பதியாமல் திண்ணையில் சீட்டாடுபவர்களின் மேல் நிற்கிறது.

ஓரத்துத் தூணில் சாய்ந்தபடி அப்பா கையில் விசிறியாய்ச் சீட்டுக்களைப் பிடித்து மோவாயை லேசாகத் தூக்கி வெற்றிலைச் சிவப்புப் புன்னகையுடன், 'நேனெந்து வெதகுதுரா...' என்று பாடிக்கொண்டிருக்கிறார்.

பக்கத்தில்   இருப்பவர்   உற்சாகமாகத்   தாளம் போட்டுக்கொண்டிருக்கிறார். குரலின் இனிமையும் சங்கதிகளின் கோர்வையும் சங்கீதத்தின் இலக்கணம் ஏதும் தெரியாத அவளைப் பரவசப்படுத்துகிறது. காலின் பிஞ்சு விரல்கள் மணலில் தாளம் போடுகின்றன.

"ஓய் சுந்தரம்! பாட்டை நிறுத்தய்யா. கவனம் தப்பிப் போறது!"

அப்பா சிரித்துக்கொண்டு சீட்டுக்களைத் தலைகுப்புறக் கவிழ்த்து உடம்பைத் தெருப்பக்கம் திருப்பி ரத்தம் மாதிரி வெற்றிலைச் சாற்றைத் தெருவில் உமிழ்கிறார். இந்த அப்பாவுக்கும் புழுதியில் விளையாடிக் கொண்டிருக்கும் தங்களுக்கும் ஏதும் சம்பந்தமில்லை என்று தோன்றுகிறது. அம்மா மாதிரிச் சிடுசிடுக்காமல், அலுத்துக்கொள்ளாமல் அவர்களையெல்லாம் கண்டும் காணாமலும் தன்னுள் ஆழ்ந்துபோன சந்தோஷத்தோடு பாடிக்கொண்டு சீட்டாடும் இவர் யாரோ அன்னியன் என்று தோன்றுகிறது.

"ஏலேய், மூதேவிகளா, சோத்தைத் துண்ணுட்டுப் போங்க...!"

அந்தக் குரலுக்காகவே காத்திருந்தாற்போல் ஆட்டத்தை அப்படியே பாதியில் நிறுத்திவிட்டுக் குழந்தைகள் எல்லோரும் திமுதிமுவென்று உள்ளே ஓடுகிறார்கள். கொல்லைக் கிணற்றில் அடிதடி சண்டையோடு கை கழுவி, நான் முந்தி நீ முந்தி என்று வரிசையாகக் கொல்லைத் தாழ்வாரத்தில் அமர்ந்து தையல் இலையில் விழும் குழம்புச் சோற்றை அரக்கப் பரக்கச் சாப்பிட்டு மறுபடி அடிதடியுடன் கொல்லையில் கை கழுவி, வாசலுக்கு விரைந்து தெருப் புழுதியில் மீண்டும் முங்கி... ஓ, எத்தனை பாமரத்தனமான உணர்வுகளுடன் பிள்ளைப் பிராயம் கழிகிறது! இந்த அசுரத்தனமான ஓட்டத்துக்கிடையில் சில ரம்யமான அனுபவங்களும் இருக்கின்றன. வருடத்துக்கு ஒருமுறை கோவிலில் நரசிம்மோத்ஸவம் நடக்கிறது. விடிய விடியப் பிரஹலாத சரித்திர நாடகம். ஒவ்வொரு வருடமும் ஒரு புது உற்சாகத்தோடு கிராமத்தின் எல்லா வீட்டுப் பிரஜைகளும் பங்குகொள்ளும் நிகழ்ச்சி. சியாமளிக்கு இயல்பாகப் பாட வருகிறது. கூச்சப்படாமல் ஆட வருகிறது.

"இந்த வருஷம் சியாமளியைப் போடலாம் பாலப் பிரஹலாத வேஷத்துக்கு," என்று ஓதுவார் வந்து சொல்கிறபோது சீட்டாட்டத்திலிருந்து பார்வையை எடுக்காமலே அப்பா மண்டையாட்டுகிறார்.

திடீரென்று நினைவு வந்து சீட்டிலிருந்து பார்வையை நிமிர்த்தி புதுசாக யாரையோ பார்க்கிற மாதிரி அவளை அரை வினாடி பார்த்துப் பிறகு ஓதுவாரிடம் சந்தேகம் தொனிக்கக் கேட்கிறார்.

"உற்சவத்தைப் பார்க்க இந்த தடவை குஞ்சம்மா வரா தெரியுமோல்லியோ? இது சரியாச் செய்யுமா?"

"ஐமாய்ச்சுப்புடுவா - கவலையே படாதேயும்!"

மேடையிலே நின்று இது திருதிருன்னு முழிச்சுதுன்னா எனக்கு அவமானமா இருக்கும். எம்பொண்ணு இதுன்னு குஞ்சம்மாகிட்ட சொல்ல மாட்டேன்.

அது ஏதோ ஹாஸ்யம் என்கிறார் போல் எல்லோரும் சிரிக்க, அவளுள் சொரேல் என்று ஓர் அவமானம் படர்கிறது. முகம் சிவந்து கண்களில் நீர் தளும்புகிறது.

"அட சரிதான் சும்மா இருங்க. நான் எப்படியோ ஆட வைக்கிறேன். குஞ்சம்மாளே அதிசயப்படறாளா இல்லையா பாருங்க...!"

"ஓதுவாரே. அது உங்க சாமர்த்தியம்!"

ஓதுவார் வாட்ட சாட்டமாக இருக்கிறார். "வாம்மா குழந்தே!" என்று குனிந்து அவளைத் தூக்கிக்கொண்டு கோவிலை நோக்கி நடக்கிறபோது அவளுக்குச் சற்றுச் சமாதானமாக இருக்கிறது.

"யாரு மாமா இந்தக் குஞ்சம்மா?"

"உங்கப்பவுக்கு ஏதோ தூரத்து உறவு. ரொம்ப நல்லா டான்ஸ் ஆடுவா."

"எங்கே இருக்கா?"

"கும்மோணத்திலே."

"நல்லவளா?"

ஓதுவார் திடுக்கிட்டு அவள் முகத்தை ஒரு வினாடி பார்த்துப் பிறகு சிரித்து, ''ரொம்ப!'' என்றார்.

மிக மும்முரமாக ஒத்திகைகள் நடக்கின்றன. குஞ்சம்மாவின் நினைவைவிட அப்பாவின் நையாண்டியின் நினைவுதான் அவளுக்கு அதிகம் கவலை தருகிறது.

உற்சவ நாளன்று ஊர் அமர்க்களப்படுகிறது. எல்லார் உடம்பிலும் ஜுர வேகம் தொத்திக்கொள்கிறது. அம்மாகூடத் தனது வழக்கமான சிடுசிடுப்பை மறந்து அவளுடைய உடுப்புக்கு ஜரிகையும் ஜிகினாவும் ஒட்ட வைக்கிறாள். முகத்துக்கு அரிதாரம் பூசி, கண்ணுக்கு மை தீட்டி மோவாயில் திருஷ்டிப் பொட்டு வைக்கிறாள்.

நாடகம் ஆரம்பமாகிறது. அவள் மேடையேறும்போது அவளது இயல்பில் இல்லாத பயத்தை இருப்பதாக நினைத்து அம்மா கிசுகிசுக்கிறாள். ''தைர்யமாப் பண்ணு!''

மேடையேறியதும் சியாமளிக்கு எதுவுமே நினைவில்லை தான் பிரஹலாதன் என்பதைத் தவிர.

விடிய விடிய நடக்கிறது நாடகம். அது முடியுமுன் தூங்கிவிட்ட அவளை யாரோ தோளில் சுமந்து வீட்டுக்கு அழைத்துப் போகிறார்கள்.

மறுநாள் மதியம் அவள் ஆழ்ந்த நித்திரையில் இருக்கையில் அம்மா அவளை உலுக்கி எழுப்புகிறாள். ''சியாமளி, எழுந்திரு. குஞ்சம்மா உன்னைப் பார்க்க வந்திருக்கா.''

கண்ணைப் பிரிக்க மனசில்லாமல் அவள் இடுக்கிக்கொண்டு பார்க்கிறாள். வார்த்தைகளின் அர்த்தத்தைக் கிரகித்துக்கொள்ளச் சிறிது நேரம் ஆகிறது. உடம்பு அடித்துப் போட்ட மாதிரி இருக்கிறது. ஆனால் குஞ்சம்மா என்கிற வார்த்தை மந்திரம்போல் இருக்கிறது. அவள் சட்டென்று எழுந்திருக்கிறாள். முகத்தைக் கழுவிப் பொட்டிட்டு வெற்று

மார்பின் மேல் ஒரு சட்டையை மாட்டி அம்மா கூடத்துக்கு அழைத்துச் செல்கிறாள்.

"வாம்மா குழந்தை!"

குரலின் இனிமை முதலில் தாக்குகிறது. பிறகு அந்த உருவம். உந்தப்பட்டவள் மாதிரி தானாக அவள் அருகில் சென்று நிற்கிறாள். அத்தனை அழகான முகத்தை இதுவரையில் பார்த்ததில்லை என்று தோன்றுகிறது. அந்தச் சிவந்த மேனியின் தகதகப்பையும் சித்திரம் வரைந்த மாதிரி கண்ணையும் மூக்கையும் உதடுகளையும் பார்க்கும்போது இவள் நிஜமான மனுஷிதானா என்று ஆச்சரியமேற்படுகிறது.

"வாம்மா. இப்படி உக்காரு!"

வார்த்தைகளில் அபரிதமான பரிவும் அன்பும் தொனிக்கிறது. இதுவரை அறிமுகமில்லாத அந்த வாத்சல்யமும் கனிவும் நம்ப முடியாததாக இருக்கிறது.

"நேத்து நாடகத்திலே நீ ரொம்ப நல்லா நடிச்சே சியாமளா! டான்ஸும் நல்லா ஆடினே. யாரும் உனக்குக் கத்துத் தரல்லியாமே, நீயா ஆடறியாமே?"

அவள் கூச்சத்துடன் புன்னகைக்கிறாள்.

"டான்ஸ் கத்துக்க ஆசை இருக்கா?"

'இருக்கு' என்கிற அர்த்தத்தில் அவள் மண்டையாட்டுகிறாள்.

மேற்கொண்டு பேசுவதா வேண்டாமா என்று யோசிப்பவள் போல் குஞ்சம்மா அவளுடைய முகத்தைப் பார்க்கிறாள். பிறகு அம்மாவைப் பார்த்து, "அண்ணனுடைய ஞானம் அவ்வளவும் இதுக்கு வந்து சேர்ந்திருக்கு அண்ணி!" என்கிறாள். "குரலும் பாதமும் என்னமாப் பேசுது! நம்பவே முடியல்லே. அண்ணன்தான் இந்த கிராமத்தைவிட்டு வரவேமாட்டேன்னுட்டார். இதோட திறமையாவது வெளியுலகத்துக்குத் தெரியணும். என்ன சொல்றீங்க?"

அம்மாவின் முகத்தில் சந்தோஷமும் மரியாதையும் கொப்பளிக்கிறது. "எனக்கும் அதுதான் ஆசை குஞ்சம்மா. நீதான் அதுக்கு வழி பண்ணனும்."

குஞ்சம்மா மறுபடி சியாமளியின் பக்கம் திரும்பி, புன்னகையுடன் அவளைத் தன் அருகில் அமர்த்திக் கொள்கிறாள். "கும்பகோணத்திலே நான் ஒரு டான்ஸ் ஸ்கூல் நடத்தறேன் கண்ணு. உன்னை மாதிரி நிறையக் குழந்தைகள் வந்து கத்துக்கறாங்க. என்கூடக் கும்பகோணத்துக்கு வர்யா? டான்ஸ் சொல்லிக் கொடுக்கிறேன்."

"சரி." என்கிறாள் ஆர்வமாக. "ஆனா சாயந்திரமா வீட்டுக்கு அனுப்பிடுவீங்களா?"

குஞ்சம்மா சிரிக்கிறாள். "அத்தனை கிட்டத்திலே இல்லே அந்த ஊர். நீ டான்ஸ் கத்துக்கணும்னா என்கூட என் வீட்டிலேயே இருக்கணும்."

அவள் அரண்டுபோய் அம்மாவைப் பார்க்கிறாள். இப்பொழுது அப்பாவும் கூடத்தில் நிற்பது தெரிகிறது. அவளைப் பார்த்து அவர் பூக்கும் புன்னகை புதுசாக இருக்கிறது. ஏதோ நிதியைக் கண்ட மாதிரி. "வேறேன்னு சொல்லும்மா!" என்கிறார் மென்மையாக. "குஞ்சம்மா பார்வையிலே நீ பட்டது உன் அதிர்ஷ்டம். கொஞ்ச காலம் அவங்ககிட்ட இருந்து டான்ஸ் கத்துக்க. பெரிய டான்ஸராகலாம். கமலா, வைஜயந்திமாலா மாதிரி..."

அவள் திகைத்துப் போய்க் கண்கள் விரியப் பார்க்கிறாள். 'அடேயப்பா, நிஜமாகவா? அப்புறம் நம்ம போட்டோவும் காலண்டரில், புத்தகத்தில் எல்லாம் வருமா? வழவழவென்ற கலர் போட்டோ? அத்தனை தினுசு நகையோடு?' அவள் வெட்கத்துடன் குஞ்சம்மாவைப் பார்த்துச் சின்னச் சிரிப்பு சிரித்து, "வரேன்," என்கிறாள்.

குஞ்சம்மா அவளை இழுத்து அணைத்துக் கன்னத்தில் முத்தமிடுகிறாள்.

தங்களை எல்லாம் விட்டுவிட்டுச் சியாமளி குஞ்சம்மாவுடன் கிளம்பிப் போகிறாள் என்கிற விஷயம் அவளுடன் கூடப் பிறந்தவர்களைத் திகைப்பிலும் ஆச்சரியத்திலும் ஆழ்த்துகிறது.

"தனியாப் போறியே, பயமாயில்லையாடி சியாமளி?"

"ஊஹூம். நான் டான்ஸ் கத்துக்கப் போறேன். ஒரு நாளைக்குப் பெரிய டான்ஸராப் போகப்போறேன் வைஜயந்திமாலா கமலா மாதிரி."

"டான்ஸும் இல்லே ஒண்ணும் இல்லே. இங்கே கும்பல் ஜாஸ்தின்னு அப்பா உன்னை அனுப்பறார்."

இது நிஜமாக இருக்குமோ என்கிற பயம் அவளுக்குக் கவலையைத் தருகிறது.

குஞ்சம்மா அப்பாவிடம் ஏதோ சொல்லிக் கொண்டிருக்கிறாள்.

"நாட்டியத்துக்காகவே பிறந்தவள் அண்ணா சியாமளி. நாட்டியத்தைத் தவிர வேற எதிலேயும் புத்தி போகாம நான் அவளை வளர்க்கப் போறேன். நீங்க அவளைப்பத்தி வேற எந்தக் கற்பனையும் வெச்சுக்கக் கூடாது. ஒப்புத்துப்பீங்களா?"

"உன் இஷ்டம்போல வளர்க்கறதுக்கு உனக்குச் சகல உரிமையும் இருக்கு குஞ்சம்மா. சியாமளியை உனக்கு தத்துகொடுத்துட்டேன்னு நினைச்சுக்க."

அவர்களுடைய பேச்சு அவளுக்குப் புரியவில்லை. கூடப் பிறந்ததெல்லாம் ஆளுக்கொரு சந்தேகத்தைக் கிளப்பிவிட்டாலும் குஞ்சம்மாவின் மிருதுவான பேசிலும் அழகிலும் கட்டுப்பட்டுத் தன்னுடைய ஒரே ஒரு மாற்றுப் பாவாடை சட்டையை ஒரு சின்ன மூட்டையாய்க் கட்டி இடுப்பில் பிடித்துக்கொண்டு தயாராகிறாள். முதல் முறையாக வெளியூர் பிரயாணம் செய்யப்போவது மனத்தில் கிளுகிளுப்பை ஏற்படுத்துகிறது.

கும்பகோணத்தை அடைந்து அதன் விஸ்தீரணத்தைக் கண்டு வியந்து திருப்பத்துக்குத் திருப்பம். 'இத்தனை பெரிசா இந்த ஊர்' என்று கண்களை விரித்து குஞ்சம்மாவின் வீட்டில் காலை வைத்த வேளை அவளுடைய வாழ்வில் ஒரு முக்கிய திருப்புமுனை என்று உணருகிற வயசில்லை அவளுக்கு.

அத்தியாயம் 4

தாயே யசோதா உந்தன் ஆயர் குலந்துதித்த மாயன் கோபாலகிருஷ்ணன் செய்யும் ஜாலத்தைக் கேளடி...

கண்ணனின் ஜாலங்களையெல்லாம் அற்புதமாக நாட்டிய முத்திரைகளில், முகத்தின் அபினயத்தில் வெளிப்படுத்துகிற சியாமளியின் ஜாலத்தைப் பேரானந்தத்துடன் பார்த்துக்கொண்டிருக்கிறாள் குஞ்சம்மா.

'அதென்ன முகவெட்டு இந்தப் பெண்ணுக்கு' என்று பார்க்கப் பார்க்கப் பூரிப்புப் பொங்குகிறது. கண்களில் என்ன நீரோட்டம். காருண்யமும், சாந்தமும், காதலும், வீரமும், சோகமும் வினாடிப் போதில் சாகியத்துக்குத் தகுந்த மாதிரி மாறுகிறது. மிருதுவான உதடுகள் ஒரு சின்ன அசைவில் ஆயிரம் கதைகள் பேசுகின்றன. ஒன்றரை மணிநேரமாக ஆடிக் கொண்டிருந்தும் களைப்பே தெரியாமல் நாட்டியத்தோடு ஒன்றிப் போயிருக்கும் அவளைப் பெருமையுடன் பார்க்கிறாள்.

எட்டு வயதுச் சிறுமியாக இவள் இங்கே ஆச்சரியம் தேங்கிய விழிகளுடன் காலை வைத்ததும், நடராஜர் விக்கிரகத்துக்கு முன் பய பக்தியுடன் நமஸ்கரித்துக் காலில் சதங்கையைக் கட்டி 'தைய்யா – தை' என்று ஆரம்பித்ததும் நினைவுக்கு வருகிறது.

இந்தப் பத்து வருடங்களில் இவளது உருவம் மாறியிருக்கிறது. பக்தியும் சிரத்தையும் அதிகரித்திருக்கிறது.

இத்தனை நாள் வரை குஞ்சம்மா ஆசைப்பட்டபடி நாட்டியத்தைத் தவிர வேறு யோசனை ஏதும் இல்லாதவள்

போல்தான் தெரிகிறாள். எத்தனை நாட்களுக்கு இவள் மனசுக்கு வேலி போடுவது சாத்தியம் என்று ஒரு சின்னக் கவலை மனத்தின் மூலையில் நமைச்சல் எடுக்கிறது.

இந்தப்பருவத்தில் நாங்கள் அப்படித்தான் வெடிப்போம் என்று மரங்களும் செடிகளும் பூத்துச் சிரிக்கையில் இவள் மனசும் உடம்பும் பூரிப்பதை எப்படித் தடுக்க முடியும்?

'போது போகவில்லையே எனக்கொரு தூது சொல்வாரில்லையே' என்று அபினயிக்கும் போது ஆத்மார்த்த தாபம் இல்லாவிட்டால் அத்தனை தத்ரூபமாக ஒரு பாவம் வருமா?

"குஞ்சம்மா, மீனாட்சி வந்திருக்கா!"

சியாமளியின் குரல் கேட்டு அவள் கவனம் கலைகிறது.

மீனாட்சி ஒரு கூச்சப் புன்னகையுடன் உள்ளே நுழைகிறாள். கையில் ஒரு காகிதக் கட்டுடன்.

"ஏண்டி மீனாட்சி ஒரு வாரமா கிளாஸுக்கு வரல்லே?" என்று சியாமளி உரிமையுடன் கேட்க நாலைந்து மாணவிகள் 'அவளுங்குக் கல்யாணம்' என்று கிசுகிசுக்கிறார்கள்.

மீனாட்சியின் முகத்தில் செம்மையேறி இருக்கிறது. புதுசாக ஒரு அழகு பளபளக்கிறது. பார்வையில் ஒரு மையல் துள்ளுகிறது.

அவள் நேராகக் குஞ்சம்மாவின் முன் கீழே மண்டியிட்டு நமஸ்கரிக்கிறாள். "என்ன விஷயம் மீனாட்சி?"

"எனக்குக் கல்யாணம் டீச்சர்" என்று ஒரு வெட்கப் புன்னகை பளிச்சிட மருதோன்றிச் சிவப்புடன் மெல்லிய விரல்கள் அழைப்பிதழை நீட்டுகின்றன.

எல்லா மாணவிகளும் சியாமளியும் தங்கள் பயிற்சியை அப்படியே நிறுத்திவிட்டு ஒரு குதூகல ஆர்வத்துடன் அவளைச் சூழ்ந்துகொள்கிறார்கள்.

"பிள்ளை எந்த ஊரு மீனாட்சி?"

"என்ன வேலைடி?"

"நல்லாயிருக்காராடி?"

சரமாரியான குறும்புக் கேள்விகள் ஒவ்வொன்றுக்கும் மீனாட்சியின் முகம் சிவக்கிறது.

"ரெம்பச் சந்தோஷம் மீனாட்சி" என்கிறாள் குஞ்சம்மாள் ஆத்மார்த்தமாக.

"கல்யாணத்துக்கப்புறம் டான்ஸ் ஆடுவியா மீனாட்சி?" சியாமளி கேட்கிறாள்.

"ஊஹும்."

"ஏன்?"

"அவருக்குப் பிடிக்காதாம்..."

"எல்லோரும் கல்யாணத்துக்கு வரணும்!" என்று உபசரித்துவிட்டுப் போகிற போக்கில் மீனாட்சி கேட்கிறாள்.

"சியாமளி, உனக்கெப்ப கல்யாணம்?"

குஞ்சம்மாவின்மேல் பார்வை அரைவினாடி நின்று பதில் வருகிறது.

"நான் பண்ணிக்கப் போறதில்லே!"

"ஏன்?"

"ஏன்னா..." சியாமளி செல்லமாக மீனாட்சியின் மூக்கைத் திருகுகிறாள். "உன் வீட்டுக்காரர் சொல்கிற மாதிரி எனக்கு வருகிறவன் கல்யாணம் ஆன பிறகு டான்ஸ் பண்ணக்கூடாதுன்னு சொல்லிட்டான்னா?"

மற்ற மாணவிகள் எல்லோரும் சிரிக்கக் குஞ்சம்மா பரவசத்துடன் தனக்குள் புன்னகைக்கிறாள். சுற்றிலும் நிற்கும் மாணவிகளைப் பார்க்கிறாள். எல்லோரும் பெரிய மனிதர்கள்

வீட்டுப் பெண்கள். பாதிப் பேர்கள் பெருமைக்காகக் கற்க வந்திருப்பவர்கள். சில பெண்களுக்கு நல்ல ஞானம் இருக்கிறது. ஈடுபாடு இருக்கிறது அந்த மீனாட்சிக்கு இருந்த மாதிரி. ஆனால் கல்யாணம் என்கிற பேச்சு வந்ததுமே சதங்கையைக் கழற்றி வைத்துவிடும் ரகம் இவர்கள்...

ஒவ்வொரு மாணவியும் இப்படிக் கிளம்பும்போது 'இனிமே டான்ஸ் ஆடமாட்டேன்' என்று சொல்லும்போது அவளையே இளப்பம் செய்துவிட்ட மாதிரி வருத்தம் ஏற்படுகிறது. உன்னுடைய இத்தனை வருஷத்து உழைப்புக்கு எந்த நிரந்தரப் பலனும் இருக்கப் போவதில்லை என்று உணர்த்துகிறது. இந்த கும்பலில் ஒருத்தியை உருவாக்கிவிட்டாலும் போதும்- குஞ்சம்மாவின் வாரிசு இவள் என்று பெயர் வாங்குகிறபடி ஒருத்தி – அவளுடைய நம்பிக்கையும் எதிர்பார்ப்பும் இந்த சியாமளி போல் ஒரு பெரிய கேள்விக் குறியாய்த் தொங்கிக் கொண்டிருக்கிறது. நம் ஆசையை இவள் நிறைவேற்றுவாளா.

வகுப்பு முடிந்துவிட்டது. மாணவிகள் எல்லாம் கிளம்பிப் போய்க் கூடம் வெறிச்செ ன்றிருக்கிறது. சியாமளி ஜமுக்காளத்தைச் சரிசெய்து கொண்டே கேட்கிறாள்.

"லால்குடி தில்லானாவை ஒரு தடவை ஆடட்டுமா குஞ்சம்மா?"

இந்தப் பெண்ணுக்கு இதென்ன இப்படி நாட்டியப் பித்து என்ற தன் சந்தோஷத் திகைப்பை மறைத்தபடி குஞ்சம்மா புன்னகைக்கிறாள்.

"இன்னிக்கு ஆடினது போறும் கண்ணு. முகத்தைக் கழுவிப் பொட்டிட்டுப் பாலைக் குடி. எனக்கும் கொஞ்சம் காப்பி கொண்டா. விளக்கேற்றுகிற நேரம் வந்துரும். விளக்கேற்றி வெச்சுப் பாடு. நான் வீணை வாசிக்கிறேன்."

"சரி குஞ்சம்மா!"

சியாமளியின் பார்வையிலும் நடையிலும் ஓர் உற்சாகம் கொப்புளிக்கிறது. சாட்டை மாதிரிப் பின்னலை அலட்சியமாகப்

பின்னுக்குத் தள்ளி நாட்டியமாடுவதற்காக இழுத்து செருகியிருந்த தலைப்பை அவிழ்த்துத் தளர்த்தி, குலுங்குகிற மார்புகளுடன் அவள் நடக்கிற நடையின் சௌந்தர்யம் கண்ணைக் கட்டி நிறுத்துகிறது.

சிறிது நேரத்தில் சியாமளி கையில் காப்பி டம்ளரை ஏந்தியபடி, முகத்தைக் கழுவின புதிய அழகுடன் வருகிறாள்.

"குடியுங்க குஞ்சம்மா. நான் சுவாமிக்கு விளக்கேற்றுகிறேன்."

காப்பி குடித்து முகத்தைக் கழுவிக் கொள்ளையில் சியாமளி தம்பூரா மீட்டுவது கேட்கிறது. நெற்றிக்கு இட்டுக்கொண்டு குஞ்சம்மா வீணையை எடுத்து வைத்துக்கொள்கிறாள் - அவள் எதிரில்.

'நேனெந்து வெதகுதிரா...'

சியாமளியின் குரல் இழைந்து இழைந்து ஒலிக்கிறது- தன்னுள் இருக்கும் ஜீவனையே அதில் கலக்கப் பார்த்த மாதிரி சங்கதிகளில் பிருக்காக்கள் அனாயாசமாய் வந்தமர்கின்றன.

மெய்மறந்து பாட்டு முடிந்ததும் குஞ்சம்மா, "சபாஷ்!" என்கிறாள். அவளைப் பார்க்காமல் சுவாமி படத்தைப் பார்த்துக்கொண்டிருக்கும் சியாமளியின் விழிகளில் நீர் திரையிட்டிருக்கிறது.

"என்ன சியாமளி?" இவளுக்கு என்ன குறை என்கிற திகைப்பு தயக்கத்துடன் எட்டிப் பார்க்கிறது. சியாமளி சட்டென்று அவளைத் திரும்பிப் பார்த்துச் சிரிக்கிறாள்.

"ஒண்ணுமில்லை. அப்பா ஞாபகம் வந்தது. இந்தப் பாட்டை அப்பா ரொம்ப நல்லாப் பாடுவாங்க!"

திகைப்பு அதிகரிக்கிறது.

"உனக்கு ஞாபகம் இருக்கா?"

"அப்பாவை நல்லா ஞாபகம் இருக்கு. அப்பா மேலே எனக்கு ரொம்ப ஆசை இருந்தது குஞ்சம்மா, ஆனா

அது அவருக்குத் தெரியாது. எங்க யார்கிட்டேயும் அவர் நெருங்கினதேயில்லே..."

குஞ்சம்மா தலையைக் குனிந்துகொள்கிறாள். 'உங்கப்பாவுக்கு யார் மீதும் பாசம் வைக்கவே பயம். கடைசியில் ஏமாற்றம் ஏற்படுமோன்னு பயம்...'

சியாமளி தம்புராவை மீட்டியயடியே சன்னமான குரலில் கேட்கிறாள்.

"இத்தனை வருடத்திலே என்னை யாருமே என் கிராமத்திலேர்ந்து வந்து பார்க்கல்லே குஞ்சம்மா?"

அந்தக் குரலிலிருந்த தாபம் அந்தரங்கத்தைத் தாக்குகிறது. குஞ்சம்மா அதிர்ந்த பார்வை பார்க்கிறாள்.

"உனக்கு இந்த ஏக்கம் இருக்கா சியாமளி? இங்கே உனக்குக் குறை ஏதாவது இருக்கா?"

சியாமளி அவசரமாகப் பதிலளிக்கிறாள். "இல்லே. இதைவிடச் சந்தோஷமா நான் வேறெங்கேயும் இருக்க முடியாது. எப்பவாவது ஊர் ஞாபகம் வரும். அம்மாவைப் பற்றி நான் நினைக்கிறதே இல்லை. அப்பாதான் வர மாட்டாரான்னு தோணும். இப்ப நான் ஆடற நாட்டியத்தை அவங்க பார்க்கணும்னு தோணும்."

குஞ்சம்மா என்ன நினைத்துக்கொள்வாளோ என்கிற நிஜமான கூச்சத்துடன் அவசரமாகத் தொடர்கிறாள்.

"இதெல்லாம் பெரிய விஷயங்கள் இல்லே குஞ்சம்மா!"

குஞ்சம்மா எதுவும் சொல்லாமல் புன்னகைக்கிறாள்.

"அப்பப் பாடு!"

"சீதம்ம, மாயம்மா..."

ஸ்ரீராமுடு மாதன்றி..."

சுமையை இறக்கிவிட்டுத் தெம்புடன் பாட்டு உற்சாகமாகத் துள்ளுகிறது. குஞ்சம்மாவின் விரல்கள் வீணையை இயந்திர கதியில் மீட்டுகின்றன. மனசு வேறு எதையோ சுற்றிச் சுற்றி வருகிறது.

சுந்தரம் இங்கு வரமாட்டார். இங்கு வந்தால் இந்தப் பாட்டும் பரதமும் மறுபடி தன்னைக் கொக்கி போட்டு இழுத்துவிடும் என்கிற பயம் இருக்கும் அவருக்கு. 'நீ இல்லாவிட்டால் இந்தச் சங்கீதமும் எனக்கு வேண்டாம்' என்கிற அசட்டு வைராக்கியத்தில் கிளம்பிப் போயிருக்காவிட்டால் இன்றைக்கு ஒரு பெரிய பாடகராகப் பெயர் வாங்கியிருக்கலாம்.

பாட்டு முடிகிற சமயத்தில் யாரோ வந்திருப்பதாக வேலைக்காரி சொல்கிறாள்.

சங்கீத சபா காரியதரிசி ஷண்முகம் வந்திருக்கிறார்.

"வாங்க. என்ன சமாசாரம்?"

"நல்ல சமாசாரம்தான் குஞ்சம்மா. உக்காருங்க சொல்றேன். போன வாரம் நம்ம சபாவிலே சியாமளியினுடைய டான்ஸ் கச்சேரி நடந்ததைப் பார்த்து ஒரு மெட்ராஸ்காரர் சொக்கிப் போயிட்டாரு!"

குஞ்சம்மாவின் முகம் சட்டென்று இருண்டு போகிறது.

"யாரு?"

"ஒரு ஃபிலிம் ப்ரொட்யூசர். எடுத்ததுமே ஹீரோயின் வேஷம் தரேன். இதோ பிடி அட்வான்சுங்கறார்!"

குஞ்சம்மா விருட்டென்று எழுந்திருக்கிறாள். "உங்களுங்கு எத்தனையோ தடவை சொல்லியாச்சு சண்முகம் – இந்த மாதிரி சமாசாரத்தை எல்லாம் வேலைமெனக்கெட்டு வந்து சொல்ல வேண்டியதில்லை."

அடுத்த பத்து நிமிஷம் அவருடைய வாதங்களையும் சமாதானங்களையும் பொறுமையுடன் கேட்டு அவரை ஒரு

வழியாக அனுப்பி, தெருக் கதவைத் தாழ்ப்பாள் போட்டுவிட்டு வருகையில் குஞ்சம்மாவுக்குள் நமுநமுவென்று சீற்றம் ஏற்படுகிறது.

இரவு சீக்கிரமே சாப்பிட்டுக் கொல்லையில் திறந்த முற்றத்தில் அவள் மடியில் தலைவைத்தபடி படுத்திருக்கும் சியாமளியின் கூந்தலை வருடியபடி அவள் மிருதுவாகச் சொல்கிறாள்.

"சியாமளி, உன்னைப் பற்றி நான் நிறையக் கனாக் கண்டுகிட்டிருக்கிறேன். நாட்டியத்துக்காகவே நீ உன்ன அர்ப்பணிச்சுக்கணும்னு பேராசைப்படறேன். உனக்கிருக்கற இந்தக் கடாட்சம் தெய்வீகமானது. வேற குறுக்குப் பாதையில் புத்தி போயிடுத்துன்னா அந்த தெய்வீகத்தைத் தொலைச்சுடற மாதிரி, பாவம் செஞ்ச மாதிரின்னு நான் நினைக்கிறேன். முகூர்த்தம் பார்த்துக் காலிலே சதங்கை கட்டறதுக்கு - கெஜ்ஜே பூஜைக்கு - ஒரு அர்த்தம் உண்டு அந்தச் சதங்கைக்கு நீ கட்டுப்படணும்ங்கற அர்த்தம். அதுக்கு நீ என்னிக்கும் அடிமை, துரோகம் செய்யக் கூடாதுன்னு அர்த்தம். அதுக்குக் கட்டுப்பட்டுத்தான் நான் கல்யாணமே செய்துக்கக் கூடாதுன்னு தீர்மானிச்சேன்."

சியாமளி சட்டென்று அவளை மல்லாந்து பார்க்கிறாள். தயக்கத்துடன் கேட்கிறாள்.

"உங்களுக்கு யார் மேலேயும் ஆசை ஏற்படல்லியா குஞ்சம்மா?"

நேரிடையாகப் பதில் சொல்ல வரவில்லை. "நாட்டியம் ஆடறவங்களுக்கு ரொம்பத் துல்லியமான மனசு கண்ணு. அவங்க மனசைப் புரிஞ்சுகிட்டு அவங்களைச் சந்தோஷமா வாழவைக்க எல்லா ஆம்பளைக்கும் முடியாது. முதல்ல நம்ம உடலழகைப் பார்க்கும், அதுக்கப்புறம்தான் அதுக்குள்ளே இருக்கிற கலையைப் பார்க்கும். இதையெல்லாம் எல்லா

புருஷங்களும் சகிச்சுக்க மாட்டாங்க. சின்னச் சின்ன மனஸ்தாபம் ஏற்பட்டாலும் அது கலையை நிச்சயம் பாதிக்கும்.''

"உங்களுக்குச் சலனமே ஏற்பட்டதில்லையா குஞ்சம்மா?"

மறுபடி மழுப்பல் சிரிப்பு சிரிக்கிறாள் குஞ்சம்மா.

"ஒருத்தர் எங்கிட்ட ரொம்ப ஆசை வெச்சிருந்தார். அற்புதமான இசை ஞானம் அவருக்கு."

"நல்ல ஜோடியாய் இருந்திருக்கும் குஞ்சம்மா!"

"இல்லே, சியாமளி கல்யாணத்துக்கப்புறம் நான் நாட்டியமாடறது அவருக்கு இஷ்டமில்லே. நான் அதற்குச் சம்மதிக்காததாலே அவருக்கு ரொம்ப வருத்தம். நீயும் இல்லாதபோது இந்தச் சங்கீதமும் எனக்கு வேண்டாம்னு ரொம்ப அசட்டு வைராக்கியத்தோடு கிளம்பிப் போயிட்டார்.''

"எங்கே இருக்கார்?"

"ஏதோ ஒரு சின்னக் கிராமத்திலே, ஸ்கூல்லே தமிழ் வாத்யாரா, கிடைச்ச நேரத்திலெல்லாம் சீட்டாடிட்டு..."

சரேலென சியாமளி நிமிர்ந்து திகைத்துப் பார்க்கிறாள்.

"யார்? எங்கப்பாவா?"

ஈரம் பளபளக்கும் விழிகளுடன் குஞ்சம்மா புன்னகைக்கிறாள்.

வாசற்கதவு தட்டப்படும் ஓசை கேட்கிறது. குஞ்சம்மா சுயநினைவு வந்து எழுந்திருக்கிறாள்.

"நீ இரு. நான் போய்ப் பார்க்கிறேன். யாரது இந்த வேளையிலே?''

கதவைத் திறந்ததும் வீதி வெளிச்சத்தில் ஒரு பெண்ணும் அவர் பின்னால் ஓர் ஆணும் நிற்பது தெரிகிறது.

அத்தியாயம் 5

வாசலில் ஒரு பெண்ணின் குரல் புதுசாகக் கேட்பதை உணர்ந்து சியாமளி கூடத்துக்குள் மெள்ள எட்டிப் பார்க்கிறாள். குஞ்சம்மா இன்னும் தெரு வாசற்கதவை ஒருக்களித்தாற்போல் திறந்தபடி நிற்கிறாள்.

"குஞ்சம்மா வீடுதான் இது. நீங்க யாரு?"

"குஞ்சம்மாதானே நீங்க? என்னை உங்களுக்குத் தெரியலியா? நான் சுந்தரத்தோட மூத்த பெண். சியாமளியோட அக்கா, கமலா. இவர் எங்க வீட்டுக்காரர் நடேசன்!" சரேலென்று கதவை முழுவதும் திறக்கிறாள் குஞ்சம்மா.

"வாங்க, வாங்க. சட்னு அடையாளம் தெரியாமப் போச்சு. சியாமளி, யார் வந்திருக்கிறது பாரு!" ஆர்வமும் இனம் புரியாத இனிய ஆச்சரியமுமாகச் சியாமளி கூடத்துக்குள் நுழைகிறாள். பெட்டியும் படுக்கையுமாக உள்ளே நுழைந்தவளை திகைப்புடன் பார்க்கிறாள். கமலா அக்காவா இது? துருதுருவென்று அங்கும் இங்கும் ஓடிக்கொண்டு படபடப்பும் அதிகாரமுமாய்த் தம்பி தங்கைகளை விரட்டி கில்லாப் பாண்டியிலும் பாண்டியாட்டத்திலும் அழுகுணி ஆட்டம் ஆடி அவளை அழ வைத்த அக்காவா? இப்பொழுது லட்சணமான முகத்துடன் சதைப் பிடிப்பான உடம்புடன் பட்டணத்து நாகரிக உடையுடன் நிற்பது அவள்தான் என்று நம்புவது கஷ்டமாக இருக்கிறது. அவளைப் பார்த்த கமலாவின் பார்வையில் வியப்பு மலர்கிறது.

"சியாமளியா இது? இத்தனை பெரியவளா வளர்ந்துட்டாளே! குஞ்சம்மா, இத்தனை அழகா என் தங்கை?" கமலா ஆர்வத்துடன் சியாமளியை அணைத்துக் கொள்கிறாள்.

"என் கண்ணே பட்டுடும் போல இருக்கே!" அவளிடமிருந்து லேசான செண்ட்டின் மணம் வருகிறது. சியாமளிக்குச் சொல்லத் தெரியாத ஓர் உணர்வு நெஞ்சை அடைக்கிறது. இவள் என் உடன்பிறப்பு - எட்டு வருஷங்கள் ஒன்றாய் என்னுடன் உறங்கி, சாப்பிட்டு, ஒன்றாய் விளையாடியவள். நான் இங்கிருப்பதை ஞாபகம் வைத்துக்கொண்டு என்னைத் தேடிக்கொண்டு வந்த முதல் உறவுக்காரி இவள். இத்தனை நாளும் வெளிப்படுத்தாத பாசம் நீர் ஊற்றாய்க் கிளம்புகிறது.

"சியாமளி... இவங்க சாப்பாட்டுக்கு ஏற்பாடு பண்ணும்மா..."

"வேண்டாம் குஞ்சம்மா. நாங்க, வரும்போதே ஹோட்டல்லே சாப்பிட்டுவிட்டுத்தான் வந்தோம்..."

"அப்ப சரி. உக்காருங்க ரெண்டு பேரும். ஊர் சேதி என்ன? அண்ணா அண்ணி எல்லாரும் செளக்கியமா? நீ எங்கே இருக்கே?"

"எல்லாரும் செளக்கியம். நான் டில்லியிலே இருக்கேன். இவருக்குக் கவர்ன்மென்ட் உத்தியோகம். இந்த வருஷம் தெற்கே ஒரு டூர் அடிக்கலாம்னு வந்தோம். கும்பகோணத்தைத் தாண்டிகிட்டு போகும்போது உங்களையும் சியாமளியையும் பார்த்துட்டுப் போகலாம்னு வந்தோம். இரண்டு நாள் தங்கிட்டு மெட்ராஸுக்குக் கிளம்பணும்."

"ரொம்ப நல்ல காரியம் செய்தீங்க. ஊருலேந்து யாரும் தன்னைப் பார்க்க வரதில்லேன்னு சியாமளிக்குக் கொஞ்சம் குறை!"

கமலாவின் கண்களில் கனிவு தெரிகிறது. சியாமளியின் கைகளைப் பிடித்தபடியே பேசுகிறாள்.

"ஐயோ பாவம்! அப்பாவைத்தான் தெரியுமே குஞ்சம்மா? திண்ணையை விட்டுக் கிளம்பமாட்டார். அம்மாவுக்கு எல்லாரையும் கட்டி மேய்க்கிறதுக்கே நேரம் சரியாப் போகிறது.

தவிர உங்ககிட்ட இவள் இருக்கிறதனாலே யாருக்கும் இவளைப்பத்தின கவலையே இல்லே..."

சியாமளியே கூச்சத்துடன் சொல்கிறாள். "எனக்கு ஒரு குறையும் இல்லே இங்கே. பெத்தவங்களுக்கு மேலா குஞ்சம்மா எங்கிட்ட பிரியம் வெச்சிருக்காங்க..."

"அது தெரியாதாடி எங்களுக்கு?"

அன்று இரவு வெகு நேரத்துக்குத் தூக்கம் வரவில்லை. கமலாவும் அத்தானும் வந்திருப்பது மனசுக்கு ஒரு நிறைவைத் தருகிறது. கமலாவின் நாகரிக நடை உடை பாவனைகளில் ஒரு வசீகரம் ஏற்படுகிறது. கும்பகோணத்தில் நடுத்தர வகுப்புக் குடும்பப் பெண்கள் உதட்டுச் சாயம் பூசி அவள் பார்த்ததில்லை. பேச்சுக்கு இடை இடையில் கமலா, 'அச்சா, அச்சா' என்று சொல்வது வேடிக்கையாக இருக்கிறது. டில்லி நகரம், அவளது கற்பனைக்கப்பால் விரிந்திருக்கும் மகா நகரம் என்கிற பிரமையும் அந்த மாதிரி ஒரு பெரிய நகரத்தில் வசிப்பது எத்தனை சுவாரஸ்யமான அனுபவம் என்கிற திகைப்பும் இமைகளை மூடவிடாமல் செய்கின்றன.

மறுநாள் கமலா தாகம் கொண்டவள் போல் திரும்பத் திரும்ப அவளை ஆடச்சொல்லிப் பார்க்கிறாள். பாடச் சொல்லிக் கேட்கிறாள். வாய் ஓயாமல் அவளும் அவள் கணவன் நடேசனும் புகழ்கிறார்கள்.

"குஞ்சம்மா, நான் சொல்றேன் பாருங்க. இன்னித் தேதிக்கு பரத நாட்டியத்திலே இவதான் பெஸ்ட் டான்ஸர் இந்தியாவிலேயே!"

எத்தனை மிகைப்பட்ட பேச்சு இது என்று சியாமளிக்குச் சிரிப்பு வருகிறது.

"வேடிக்கைப் பேச்சு இல்லே, சியாமளி. இந்தச் சின்ன ஊரிலே குடத்திலே இருக்கிற குத்து விளக்காட்டம் நீ இருக்கே.

டில்லி மாதிரி இடத்திலே ஆடிப் பாரு, ஆனைப்பட்ட க்ரிட்டிக்குகளே உனக்கு ஸர்டிபிகேட் கொடுப்பாங்க!''

குஞ்சம்மா எதுவும் பேசாமல் புன்னகையுடன் உட்கார்ந்திருக்கிறாள். கமலாவின் வெளிப்படையான பாராட்டு சியாமளியைத் திக்குமுக்காட வைக்கிறது.

அன்று மாலை நடேசனும் கமலாவும் வெளியில் புறப்படும்போது அவளைத் தங்களுடன் கோவிலுக்கு வரும்படி கூப்பிடுகிறார்கள்.

கோவிலில் தரிசனம் முடிந்து வெளிப்பிரகாரத்தில் ஓர் ஓரமாக மூவரும் அமர்கிறார்கள். கமலா ஆசையுடன் அவளுடைய கையைத் தன் கையில் வைத்துக் கொள்கிறாள்.

''எனக்கு ரொம்ப பெருமையாயிருக்கு சியாமளி. நீ இத்தனை அற்புதமா டான்ஸ் ஆடுவேன்னு நான் நினைக்கவேயில்லே!''

''இத்தனை நன்றாய் இவள் ஆடி என்ன பிரயோஜனம், சொல்லு? வெளியுலகத்திலே இவள் பேரு எத்தனை பேருக்குத் தெரியும்? கும்பகோணத்திலே மட்டும் பிரசித்தமா இருந்தா போறுமா?'' அத்தான் எங்கேயோ பார்த்தபடி மெல்லிய குரலில் சொல்கிறார்.

''அதுதான் எனக்கு ரொம்ப வருத்தமாயிருக்கு சியாமளி. இத்தனை திறமையும் இங்கே வினாகிக் கொண்டிருக்கேன்னு மனசு அடிச்சுக்குது!''

அவள் குழப்பத்துடன் பார்க்கிறாள்.

''இல்லே... என்னோட முன்னேற்றத்துக்காகக் குஞ்சம்மா நிறையச் செஞ்சிருக்காங்க அக்கா!''

''அவங்களை நான் குறையே சொல்லல்லே. உன்னுடைய இத்தனை வித்வத்தும் அவங்க கொடுத்தது தானே! ஆனா இதெல்லாம் வெளிச்சத்துக்கு வராமல் போச்சு என்றால் என்ன பிரயோஜனம்? நம்ம அப்பாவினுடைய பாட்டு ஞானம் நம்ம

திண்ணைக்கு மட்டுந்தான் தெரியும்! அதுபோல் உன் நாட்டியத் திறமையும் ஆகணுமா?"

குஞ்சம்மாள் சொன்ன விஷயம் ஞாபகத்துக்கு வரச் சியாமளி பேசாமல் இருக்கிறாள்.

"நான் எதுக்குச் சொல்ல வரேன்னா டில்லியிலே நாலு இடத்திலே ஆடினேன்னா அந்த க்ஷணமே பிரபலமாகி விடுவாய். அத்தான் அரசாங்க வேலையிலே இருக்கறதினாலே மந்திரிங்க, எம்பிங்க எல்லாரையும் சந்திச்சு உனக்குச் சந்தர்ப்பம் கொடுக்கும்படி கேட்டுக்க முடியும்..."

அவள் இன்னமும் புரியாத குழப்பத்தோடு பார்க்கிறாள்.

"அவளுக்குக் கொஞ்சம் விளக்கமாத்தான் சொல்லேன் கமலா!" என்கிறார் நடேசன் மென்மையாக.

"நானும் அத்தானும் இன்று மத்தியானம் பூராவும் புலம்பித் தீர்த்துட்டோம். இப்படி நீ இந்தச் சின்ன ஊரிலே உட்கார்ந்திருந்தால் உனக்கென்ன எதிர்காலம் இருக்கப் போகுது என்று. கடைசி வரை குஞ்சம்மா மாதிரி வெறும் டான்ஸ் டீச்சராத்தான் இருப்பாய்..."

"இவள் லேசிலே விஷயத்துக்கு வரமாட்டாள். நான் சொல்றேன் சியாமளி. நீ எங்களோடு டில்லிக்கு வந்துவிடு. நாங்க அன்னியமில்லே, அசலில்லே. இவள் உன்கூடப் பிறந்தவள்."

சியாமளி அதிர்ந்துபோய் இருவரையும் பார்க்கிறாள்.

"என்னது? டில்லிக்கா? குஞ்சம்மாவை விட்டுட்டா?"

கமலா முகத்திலிருந்த புன்னகை மாறவே மாராமல் சொல்கிறாள். "எத்தனை நாளைக்கு நீ குஞ்சம்மா தலைப்பை பிடிச்சுகிட்டு இருக்க முடியும்? அகில இந்தியப் புகழ் உனக்குக் கிடைச்சால் குஞ்சம்மாவுக்கும் சந்தோஷம்தானே? நீ. வேணாப் பாரு, எங்க யோசனை தெரிஞ்சதும் அவங்களே சந்தோஷமா ஒப்புத்துப்பாங்க."

யார், குஞ்சம்மாவா? அவளால் நம்ப முடியவில்லை. பெற்ற பெண்ணிற்கு மேலாகப் பாசம் வைத்திருக்கும் குஞ்சம்மா அத்தனை சுலபத்தில் தன்னை அனுப்பிவிடுவாள் என்று தோன்றவில்லை.

"என்ன யோசனை பண்றே சியாமளி? நீ டான்ஸ் கத்துக்கறதுக்காகத் தானே இங்கே வந்தே? கத்துக்கொண்டப்புறம் கிளம்பி வெளி உலகத்தைப் பார்க்கப் போக வேண்டியது தானே? எல்லா டான்ஸர்களும் அப்படித்தான் செய்யறாங்க. நீ என்ன புதுசா செய்யப் போறியா?"

தர்க்கரீதியாக வாதங்கள் எல்லாம் சரியாக இருக்கின்றன. ஆனால் அந்த எண்ணமே வயிற்றை என்னவோ செய்கிறது. கூடவே அக்கா காட்டும் ஆசைகளும் அவை விரித்த கற்பனைகளும் மனத்தைத் தூண்டில் போட்டு இழுக்கின்றன. பல பேர்கள் தன் நாட்டியத்தைப் பார்க்க வேண்டும் என்கிற சபலம் விசுவரூபமாக வினாடிக்கு வினாடி வளர்கிறது. கோவிலிலிருந்து வீடு போய்ச் சேருவதற்குள் டில்லிக்குப் போனால் தான் அகில இந்தியப் புகழ் கிடைக்கும் என்கிற எண்ணம் மனசில் பதிந்து போகிறது. டில்லி என்கிற சொல்லே எண்ண ஓட்டத்தைத் திசை திருப்ப, குஞ்சம்மா ஒப்புக்கொள்ள வேண்டுமே என்கிற பயம்தான் தேங்கி நிற்கிறது...

சாப்பாடானதும் கமலாவே குஞ்சம்மாவிடம் பேசிக்கொள்ளட்டும் என்று சியாமளி படுக்கைக்குச் செல்கிறாள். குஞ்சம்மாவுக்கு அந்தப் பேச்சு எத்தனை வேதனை தரக் கூடியது என்று நினைத்துத் துக்கமேற்படுகிறது. யோசிக்க யோசிக்கக் கூடப் பிறந்த அக்காவுடன் கிளம்பிப் போவது ஏதும் தப்பான செய்கையில்லை என்று படுகிறது. அக்கா சொன்ன மாதிரி குஞ்சம்மாவிடம் நாட்டியம் கற்றுக்கொள்ளத்தானே வந்தோம்... நிரந்தரமாக இருக்க இல்லை...

கண்ணை மூடிய நிலையில் குஞ்சம்மா தன் அருகில் வந்து உட்காருவதை அவள் உணர்ந்து கண்ணைத் திறக்கிறாள்.

குஞ்சம்மாவின் முகத்தில் தெரியும் சோகம் அவளைத் தாக்குகிறது.

"என்ன சியாமளி, உங்கக்கா உன்னை டில்லிக்கு அழைச்கிட்டுப் போறேங்கறாளே? உனக்குச் சம்மதமா?"

அந்தக் குரலிலிருந்த துக்கம் அவளை நிலைகுலைய வைக்கிறது.

"எனக்கு ஒண்ணும் புரியல்லே குஞ்சம்மா!"

குஞ்சம்மாவின் கண்களில் ஒரு அடிபட்ட பார்வை தெரிகிறது. "அப்ப உனக்குப் போகக் கூடாதுன்னு தீர்மானமாய்த் தோணல்லே?"

"எனக்குக் குழப்பமா இருக்கு குஞ்சம்மா. டில்லியிலே ஆடினால் நல்ல பேரு கிடைக்கும்கறா."

"டில்லியிலேயெல்லாம் பரதநாட்டியத்தைப் பார்த்து ரசிக்கிற கும்பல் வருமான்னு எனக்குத் தெரியல்லே..."

"இருக்காங்களாம் குஞ்சம்மா. இப்ப எத்தனையோ நாட்டியமாடறவங்க டில்லியிலே குடியேறிபிருக்காங்க என்கிறாள் அக்கா."

"அப்ப உன்னைக் கைக்குள்ளே போட்டுக்கொண்டு விட்டாள் உங்க அக்கா! எத்தனை சுளுவிலே எங்கிட்டேந்து கழன்றுகொள்ளப் பார்க்கறே சியாமளி!"

சியாமளி பதட்டத்துடன் எழுந்து குஞ்சம்மாவின் கரங்களைப் பிடித்துக் கொள்கிறாள். "அப்படியெல்லாம் சொல்லாதீங்க குஞ்சம்மா! போய்த்தான் பார்ப்போமேன்னு மனசுலே தோன்றியது வாஸ்தவம். ஆனால் அங்கே எனக்குப் பிடிக்கல்லேன்னா இங்கேதான் திரும்பி வந்துருவேன்."

"அப்ப... போகணும்னு தீர்மானிச்சுட்டே."

"நான் போறது உங்களுக்கு இஷ்டமில்லேன்னா போகல்லே..."

"எனக்கு அவ்வளவாய் இஷ்டமில்லே, சியாமளி ஆனால் உனக்கு வரக்கூடிய பெரிய புகழுக்கு நான் தடையா இருக்கக் கூடாதுங்கற பயமும் இருக்கு... உன் திறமையை உலகம் பூரா ரசிச்சு மகிழணும்னுதான் எனக்கும் ஆசை. அதுக்கு வழிகாட்டறோம்னு ஒருத்தர் சொல்லும்போது. கடவுளா மார்க்கத்தைக் காண்பிக்கிறாரே, நாம் அதை மறிக்கலாமான்னு பயம் ஏற்படுது... உன் மேலே இத்தனை பிரியத்தை வெச்சுட்டேனே என்கிற சுயநலத்தாலே எங்கிட்டேயே நீ இருக்கணும்னு நான் ஆசைப்படறதும் தப்புத்தானே...!"

வார்த்தைகளின் சோகம் சியாமளியை உலுக்குகிறது. கண்களிலிருந்து நீர் வழிகிறது...

"நான் போகல்லே குஞ்சம்மா, போகலே. இங்கேயே இருந்துடறேன்..."

குஞ்சம்மா அவள் முதுகை வருடுகிறாள். "வேண்டாம் சியாமளி நீ கிளம்பு. கூடப்பிறந்தவள் உனக்கு நல்லதைத்தான் நினைப்பாள். நீ பேரும் புகழும் அங்கே அடையறதை, நான் இங்கேயிருந்து கேட்டுச் சந்தோஷப்படறேன்..."

இருவர் கண்களிலிருந்தும் வெகு நேரத்துக்கு நீர் பெருகுகிறது.

குஞ்சம்மாவின் குரல் மிருதுவாக ஒலிக்கிறது. "இது தெய்வீகக் கலை சியாமளி... அதை நீ எந்தவிதத்திலேயும் கொச்சைப்படுத்தக் கூடாது. மனசுலே பக்தி குறைஞ்சுதுன்னா கலை போயிடும். பேரும் புகழும் சீக்கிரமாக கிடைக்கணும்ங்கற ஆசையிலே சினிமாப் பக்கம், நடிப்புப் பக்கம் நீ தவறிக்கூடப் போயிடக் கூடாது..."

"போக மாட்டேன் குஞ்சம்மா!"

"அப்புறம்... இன்னொன்று. உனக்கு எப்பவாவது கல்யாணம் செஞ்சுக்கலாம்னு தோணலாம். கட்டாயம் தோணும். அப்ப நீ

வெறும் உணர்ச்சிவசப்பட்டு அவசரமாய் முடிவு செய்திடக் கூடாது. உன் நாட்டியத்துக்குத் தடை சொல்லாதவனாய் இருந்தாலொழிய நீ சம்மதிக்கக் கூடாது..."

"சரி குஞ்சம்மா..."

குஞ்சம்மா வெகு தாபத்துடன் அவளை அணைத்துக்கொண்டாள்.

"சியாமளி, உன்னைப் பிரிஞ்சு எப்படி இருப்பேன்னு எனக்குப் புரியல்லே. எனக்குள்ளே தோணற சில பயங்களைச் சொன்னேன். அதுக்கு மேலே எல்லாம் ஆண்டவன் செயல்... எதையும் தீர்மானிக்க எனக்கு அதிகாரமில்லே..."

அத்தியாயம் 6

'**வெ**றும் உணர்ச்சி வசப்பட்டு அவசரமா முடிவு செஞ்சிடக்கூடாது!'

குஞ்சம்மாவின் வார்த்தைகள் இப்பொழுது நினைவுக்கு வரும்போது சியாமளிக்குள் ஒரு சிலிர்ப்பு ஓடியது. இந்த மாதிரி விஷயங்களில் உணர்ச்சி வசப்படாமல் இருப்பது எப்படி சாத்தியம் என்று திகைப்பேற்பட்டது. நம் முடிவைக் குஞ்சம்மா ஏற்றுக்கொள்வாளா என்கிற பயம் லேசாக எட்டிப் பார்த்தது.

"இந்தச் சதங்கைக்கும் உனக்கும் ஒரு ஆத்மார்த்தப் பிணைப்பு இருக்கு கண்ணு. அதுக்கு நீ என்னிக்கும் அடிமை..."

இன்று, கழுத்து கனத்து, மனசு கிறங்கிப் போயிருக்கும் தருணத்தில் குஞ்சம்மாவின் தீவிர லட்சியம் சற்று அசம்பாவிதமாகத் தோன்றிற்று. நித்தநித்தம் தலைவனுக்காக ஏங்கும் தலைவியின் விரகதாபத்தை அபிநயித்துக் கொண்டிருப்பவள் ஆண் பெண் உறவைப் பற்றின சிந்தனையே இல்லாமல் இருப்பது எப்படி சாத்தியம்? வெறும் கற்பனையிலேயே வாழ்வது எப்படி சாத்தியம்?

மனோகரன் மாதிரி ஒருத்தரைச் சந்தித்திருந்தால் நீங்களும் என் நிலையில்தான் இருந்திருப்பீர்கள் குஞ்சம்மா! அதாவது என் நிலையில் மனோகரன் மாதிரி ஒருத்தரைச் சந்தித்திருந்தால் நீங்களும் என் முடிவிற்குத்தான் வந்திருப்பீர்கள்.

அவள் பெட்டியை மூடிப் பூட்டி, சாவியை ஸேஃப்டி பின்னுடன் சங்கிலியில் மாட்டிக்கொள்ளப் போகையில்,

விரல்களில் நெக்லெஸ் பட்டு விநோதமான ஓர் உணர்வை ஏற்படுத்திற்று.

'இதனால் நான் மயங்கி விடவில்லை.' என்று அவள் அவசரமாகச் சொல்லிக்கொண்டாள். 'எந்தப் பரிசையும் கொடுக்காமல் அவர் என் சம்மதத்தைக் கேட்டிருந்தாலும் நான் சம்மதித்திருப்பேன்.'

திடீரென்று அவளுக்குக் குஞ்சம்மாவைப் பார்க்க வேண்டும் போல இருந்தது. அவள் மடியில் முகத்தைப் புதைத்து இரண்டு வருஷங்களாக மனதில் சுமந்து வரும் ஏமாற்றங்களைக் கண்ணீரில் கரைக்க வேண்டும் போல் தாபம் ஏற்பட்டது. மனோகரன் மேல் தனக்கேற்பட்டிருக்கும் பிடிமானத்துக்கும், அவனை ஏற்றுக்கொள்ளச் சம்மதித்ததற்கும் பலமான காரணங்கள் உண்டு என்று தெரிவிக்க வேண்டும் போல் இருந்தது. "மனோகரன் சாதாரண ஆள் அல்ல. பெரிய பணக்காரர். கலாரஸனை உள்ளவர். எனது நாட்டியத்தில் உண்மையான அபிமானம் உள்ளவர். என்னை உலகப் பிரசித்தமாக்கப் போகிறவர். நான் நாட்டியத்தை மறக்கமாட்டேன் குஞ்சம்மா..."

மனோகரனின் கார் சத்தம் கேட்டு அவள் சரேலென்று ஜன்னலுக்கு ஓடினாள். மூளை இயங்குமுன் சரீரம் இயங்கின மாதிரி, ஹோட்டலின் பெரிய கேட்டுக்குள் கார் மிதந்து வந்தது. டிரைவரின் பக்கத்தில் அமர்ந்திருந்த மனோகரின் பார்வை ஜன்னலுக்குச் சென்று அவள்மேல் பதிந்து முறுவலித்தது. கார் முகப்பில் நின்றதும் அதிலிருந்து அவன் லாவகமாக இறங்கி உள்ளே விரைந்து வருவதற்குள் அவளுக்குள் குஞ்சம்மாவின் நினைவுகளும் இடையிடையே தோன்றும் சின்னச் சின்ன சந்தேகங்களும் அறவே மறந்து போயின.

"ரெடியா?"

"ரெடி!" என்று அவள் சிரித்தாள்.

"உங்கக்காவும் அத்தானும் ரெடியா?"

"தெரியாது!"

அவளிடம் ரகசியம் பேசுவது போல் அவன் அருகில் வந்தான்.

"அவங்களையும் அழைச்சிட்டுப் போகத்தான் வேணும், வேற வழியில்லே. கிளம்பு!"

அவளுக்குச் சிரிப்புப் பொத்துக்கொண்டு வந்தது. அவனுடைய பார்வையும் பேச்சும் அர்த்தம் புரியாத, கிளுகிளுப்பை ஏற்படுத்திற்று.

"நான் பில்லெல்லாம் கட்டிட்டு வரேன். நீங்க எல்லோரும் ரெடியா இருங்க. இப்பக் கிளம்பினால்தான் இருட்டறதுக்குளே டில்லி போய்ச் சேரமுடியும்."

"ஓ கே!"

கமலாவும் நடேசனும் இருந்த அறைக்குள் அவள், "ரெடியா?" என்று கேட்டபடி நுழைந்தாள்.

கமலாவின் பார்வையில் யோசனை தெரிந்தது. அவளைக் கண்டதுமே கழுத்தை மேய்ந்தது.

"என்னக்கா, கிளம்பலாமா?"

"உம். கிளம்ப வேண்டியதுதான். என்னவோ ஜெய்ப்பூர் வந்த மாதிரியே இல்லே!"

"ஏன், பார்க்க வேண்டிய இடத்தையெல்லாம் நேத்தே பாத்துட்டமே!"

"யாருக்கு வேண்டியிருக்கு அம்மா அரண்மனையையும் கோட்டையையும் பார்க்கறது! ஷாப்பிங்கூட ஒழுங்காச் செய்யல்லே. காலெ நீயும் தனியாப் போயிட்டு வந்துட்டே!"

கமலாவின் நிஷ்டூரெ வார்த்தைகள் கிளப்பிவிட்ட எரிச்சலிலும் அவளுக்குச் சிரிப்பு வந்தது.

"மனோகரன் ஷாப்பிங்குக்குக் கூப்பிட்டதா நான் நினைக்கல்லே – இதை வாங்கித் தரப்போறார்னும் எனக்குத் தெரியாது. தெரிஞ்சிருந்தா போயிருக்க மாட்டேன்!"

அக்காவின் தீர்க்கமான பார்வையில் சீற்றத்தின் ரேகை தெரிந்தது.

"அதை நான் நம்பறேன்!"

ஓ, இவள் எத்தனை மட்டமானவள் என்கிற அலுப்புடன் சியாமளி ஜன்னலருகில் சென்று நின்றுகொண்டாள். எந்த நிமிஷமும் அவர்கள் தயாராகிவிட்டார்களா என்று பார்க்க மனோகரன் வருவான் என்கிற கவலையுடன் அவள் மெல்லிய குரலில் சொன்னாள்.

"அக்கா, நீ இந்த மாதிரி பேசறது நியாயமேயில்லே. மனோகரன் செலவிலே நாம் இங்கே வந்திருக்கோம். எனக்கு அதுவே ரொம்பக் கூச்சமா இருக்கு. இந்த அழகிலேயே வெறுங்கையை வீசிட்டு ஷாப்பிங் பண்ணல்லேன்னு நீ வெளிப்படையாச் சொல்றது நாகரீகமில்லே. இந்த மாலை, என்னுடைய நாட்டியத்துக்காக அவர் கொடுத்தது. எனக்காக இல்லே! அத்தனை பெருந்தன்மையா அவர் நடந்து கொள்ளும்போது, நாம் சின்னத்தனமா நடந்துட்டா அவருக்குச் சலிச்சுப் போகும்!"

கமலா பதில் ஏதும் சொல்லாமல் நடேசனைச் சில வினாடிகள் பார்த்தாள்.

"இவள் ஏதாவது சொல்லிட்டிருப்பா. நீ அதையெல்லாம் கண்டுக்காதே சியாமளி." என்றார் நடேசன் சமாதானமாக.

"நடேசன்!" மனோகரனின் குரலில் ஓர் அவசரம் தெரிந்தது. "ரெடியா? இப்பக் கிளம்பினாத்தான் சரியாயிருக்கும். நாளைக்கே எனக்கு லக்னோவுக்கும் போயாகணும்!"

"ரெடிதான்."

அக்காவும் அத்தானும் சாமான்களை வண்டியில் ஏற்றும் பரபரப்பில் இருக்கையில், அவள் அவனுக்கு மட்டும் கேட்கும் குரலில் கேட்டாள். "லக்னோவுக்கு எதுக்கு நாளைக்கே போகணும்?"

"ஏன்னா, அங்கதான் என் வீடு இருக்கு. ஃபாக்டரி இருக்கு, உன்னோடு சுத்தின நாலு நாள் வேலையும் குவிஞ்சு கிடக்கும்!"

அவன் குரலில் கேலி இருந்தது. அங்குதான் உங்கள் மனைவி மீனாட்சியும் இருக்கிறாள் என்று அவன் பட்டியலில் அவள் சேர்த்துக்கொண்டாள். வாஸ்தவத்தில் இவனுக்கும் மீனாட்சிக்குமிடையே எந்த மாதிரி உறவு இருக்கும்? இருபது வயசுப் பெண் ஒருத்தியுடன் அவன் பேசும் சல்லாப வார்த்தைகளும், அனாயாசமாய் நாற்பதினாயிரத்தை விட்டெறிந்து அவளுக்காக நெக்லெஸ் வாங்கிய விவரமும் தெரிந்தால் அந்த மீனாட்சிக்கு எப்படியிருக்கும்?

'அவளுக்கும் எனக்கும் எந்த விஷயத்திலேயும் பொருத்தமில்லே. பேருக்குத்தான் அவள் என் மனைவி.'

ஏன்? என்ன காரணம்? ராங்கிக்காரியாக இருப்பாளோ? ரஸனையற்றவளாக இருப்பாளோ? இத்தனை ரஸனையுள்ள மனுஷனுக்கு அப்படிப்பட்ட மனைவி இருந்தால் எப்படிப்பட்ட சோகம் அது!

'எனக்குத் தோழமை வேணும் சியாமளி!'

அந்தக் குரலிலிருந்த துக்கம் ஏதும் போலித்தனமாகத் தெரியவில்லை.

இத்தனை பரிவும் உல்லாசமுமாக இருப்பவனுக்குள் ஒரு சுமை இருப்பது ஆச்சரியமாக இருந்தது. அனுதாபத்தை ஏற்படுத்திற்று. அவனை மீறிய காரணங்களால் அவனுடைய திருமணம் தோல்வி அடைந்திருந்தால் அவன் என்ன செய்வான்?

'அவளை டைவோர்ஸ் பண்ணிடுவேன்!' பின் நாம் எதற்கு இதைப்பற்றித் திரும்பத் திரும்ப யோசனை செய்ய வேண்டும் என்று அவள் அவசரமாகச் சமாதானப்படுத்திக் கொண்டாள்.

"சியாமளி, கிளம்பேண்டி! தலைப்பை இழுத்து மூடிட்டு வா!"

"ஏன் கமலா, நான் வாங்கின நெக்லெஸ் நன்றாக இல்லியா?"

"ரொம்ப நன்றாயிருக்கு. அதனாலேதான் சொல்றேன். உங்களுக்கு வேணா பணத்துக்கு மதிப்பில்லாம இருக்கலாம். திருட வரவனுக்கு மதிப்புத் தெரியுமே! பெட்டியிலே வெச்சுப் பூட்டறேன்னா அதுவும் மாட்டேன்னு சொல்லிட்டா. கழுத்தைவிட்டுக் கழட்டமாட்டாளாம்!"

மனோகரன் சிரித்தான்.

"நீங்களா இருந்தா என்ன செஞ்சிருப்பீங்க கமலா?"

"நீங்க வாங்கிக் கொடுத்திருந்தால் என்ன செஞ்சிருப்பேன்னு தெரிஞ்சிருக்கும்!"

அடி வயிற்றிலிருந்து ஓர் அவமான உணர்வு கிளம்பி, சியாமளியின் கன்னங்களில் சிவப்பேற்றிற்று.

"அக்கா!"

மனோகரன் சிரித்தான்.

"அடுத்த தடவை வரும்போது ஞாபகம் வெச்சுக்கறேன். பணம் கொஞ்சம் குறைவாக் கொண்டு வந்துட்டேன் இந்தத் தடவை..."

கமலாவின் முகத்தில் உடனடியாக ஓர் இளக்கம் தெரிந்தது. ஒரு சாகசப் புன்னகை வந்தமர்ந்தது.

"அதெல்லாம் ஒண்ணும் வேண்டாம் மனோகரன் சும்மா ஒரு பேச்சுக்குச் சொன்னேன்."

பின்புறத்து ஓரத்து சீட்டில் உட்கார்ந்திருந்த சியாமளி வெறுப்புடன் பார்வையை வெளியே செலுத்தினாள். இத்தனை கேவலமாக ஒருத்தி ஆசை வெறியேறி அலைவாளா என்று நினைத்து நினைத்துச் சுருண்டு சுருண்டு ஓர் ஆத்திரம் கிளம்பிற்று.

இவளுக்கேற்ற ஜோடியாக அமைந்த நடேசன்!

தூ!

"நாங்க அந்நியமில்லே அசலில்லே. எங்களோட டில்லிக்கு வந்துடு!" எத்தனை சுலபமாக அன்று அவள் அந்த வலைக்குள் விழுந்துவிட்டாள்!

"கவலைப்படாதீங்க குஞ்சம்மா!" என்று திரும்பத் திரும்பச் சொல்லியும், நகர ஆரம்பித்த ரயில் பெட்டியை நீர் மல்கும் கண்களுடன் தொடர்ந்து வந்த குஞ்சம்மாவின் அன்பின் ஆழம்

இன்று புரிகிறது.

கும்பகோணத்திலிருந்து டில்லிக்கு வந்து சேர்ந்த சில நாட்களுக்கு எதைக் கண்டாலும் ஆச்சரியமும் சந்தோஷமும் ஏற்பட்டது. கமலாவும் நடேசனும் அவளை ஊரெல்லாம் சுற்றிக் காண்பித்து ஒரு நிரந்தர பிரமிப்பை அவளுள் ஏற்படுத்திவிட்டார்கள். எத்தனை? பிரியம் இவர்களுக்கு என்று அவள் நெகிழ்ந்து போனாள்.

நடேசன் தினமும் யாரையாவது அழைத்து வருவார். இந்தச் சபாவுக்குச் செகரட்டரி, அந்தச் சபாவுக்குச் செகரட்டரி என்பார். எப்படியோ சாமர்த்தியமாகப் பேசி மளமளவென்று அவர் அவளுக்கு நாட்டிய நிகழ்ச்சிகளுக்கு ஏற்பாடு செய்தது ஆச்சரியமாக, சந்தோஷமாகக் கூட இருந்தது. வீட்டு வேலைகளையெல்லாம் செய்துவிட்டு டான்ஸ் சாதகம் செய்வதற்குள் இடுப்பு விண்டு போயிற்று. இருந்தும் எந்தவித விகல்பமும் தோன்றாமல் புதிய சூழல் ஏற்படுத்திய உற்சாகத்தில் அவள் நடேசன் ஏற்பாடு செய்த சபாக்களில் எல்லாம் ஆடினாள். ஒவ்வொரு நிகழ்ச்சி முடிவிலும் சில

வெளிநாட்டவர்களை நடேசன் அவளிடம் அழைத்து வந்து அறிமுகப்படுத்துவார். அவர்கள் ஆகாயத்துக்கு அவளைப் புகழ்ந்து பாராட்டுகையில் அவளுக்கு உச்சி குளிர்ந்து போகும். உண்மையிலேயே நாட்டிய உலகத்தில் வெகுதூரம் பயணித்துவிட்டோம் என்கிற பிரமை ஏற்படும்.

இரவு அசதி மிகுதியால் தூக்கம் வராமல் படுக்கையில் புரளுகையில் ஒரு சின்ன நெருடல் மனத்தை அரிக்கும். குஞ்சம்மா ஒரு கச்சேரியை ஒப்புக்கொள்ளும் முன் எத்தனை யோசிப்பாள், எப்படிக் குடைந்து குடைந்து விசாரிப்பாள் என்று ஞாபகத்துக்கு வரும்.

நடேசனும் கமலாவும் இங்கு முதலில் கேட்கும் கேள்வி: "உங்களாலே எத்தனை பணம் கொடுக்க முடியும்?"

(முதலில் அவளுக்கு இது அதிர்ச்சியைத் தந்தது) குஞ்சம்மாவின் கண்டிப்பான பேச்சு ஞாபகம் வந்தது.

'பணத்தைப்பத்தி முதல்லே பேசாதீங்க! என்ன மாதிரி கூட்டம் வரும்னு சொல்லுங்க! ரஸனையில்லாத காவாலிக் கும்பலுக்கு முன்னாலே என் பொண்ணை ஆடச் சொல்ல மாட்டேன்!'

மெல்ல மெல்ல டில்லி சூழலும் அக்காவின் வியாபாரத்தனமும் பழகி, தன்னுடைய நாட்டியத்தின் எதிர்காலம் ஒன்றுதான் தனக்கு முக்கியம், இவர்கள் வழியில் நாம் எதற்குக் குறுக்கிட வேண்டும் என்கிற மரத்தனத்தோடு அவள் இயங்க ஆரம்பித்தாள்.

அந்த மரத்தனத்திற்கும் திடீரென்று ஒரு நாள் உலுக்கிவிட்டாற்போல் சுரணை வந்தது. சுரணை வந்ததும் உடம்பெல்லாம் பதறி, சுவாசிக்க முடியாமல் மூச்சு முட்டிப் போயிற்று.

அத்தியாயம் 7

கூடத்தில் வெகு நேரமாக மெல்லிய குரலில் கமலாவும் நடேசனும் யாருடனோ இந்தியில் பேசிக்கொண்டிருந்தார்கள். சியாமளா அந்தப் பக்கமே போகாமல் சமையல் வேலையை முடிப்பதில் தீவிரமாக இருந்தாள். நாளை மறுநாள் ஒரு புரோக்ராம் இருந்தது. அதற்கு ஒத்திகை பார்க்க வேண்டும். சமையல் வேலை அத்தனையும் அவள் தலைமேல் கட்டிவிட்டு வந்தவர்களுடன் இந்த அக்கா பேச உட்கார்ந்து விடுவதை நினைத்து எரிச்சல் வந்தது. ஒத்திகை சரிவரச் செய்யாமல் மேடைமேல் ஆடுவது எப்படி?

ஒரு சின்னத் தாளம் தவறினாலும் விமரிசகர்களிடமிருந்து தப்ப முடியுமோ? தன்னையே மன்னித்துக்கொள்ள முடியுமா? வீட்டு வேலை செய்துவிட்டு நாட்டியம் ஆடுவது சாத்தியம் என்று அக்கா நினைக்கிறாளா? முன்பெல்லாம் சதங்கையைக் காலில் கட்டியவுடனேயே நாடி நரம்புகள் எல்லாம் மீட்டப்பட்டவை மாதிரி சிலிர்த்துக்கொண்டு நிற்கும். தெய்வ சன்னிதானத்தில் நுழைந்தாற்போல் மனது லயப்பட்டு நாட்டியத்தோடு ஒன்றிப்போகும். மூச்சும் பேச்சும் சிந்தனையும் நாட்டியமாக - ஓ எத்தனை பவித்திரமான நாட்கள் அவை!

இப்பொழுது அந்த முனைப்பும் உற்சாகமும் எங்கே போயிற்று? கலைக்காக ஆடிக்கொண்டிருந்ததெல்லாம் போய் இப்பொழுது அக்கா - அத்தானின் பிரதான சம்பாத்திய கருவியாகிப்போய்,

எத்தனை கேவலத்துக்கு இறங்கிவிட்டோம்! ஒவ்வொரு நிகழ்ச்சிக்கும் அக்கா எத்தனை பணம் வாங்குகிறாள், என்ன

செய்கிறாள் என்று தெரியாது. அதைப்பற்றிக் கேட்கக்கூடக் கூச்சமாக இருந்தது.

"ஒவ்வொருத்தனும் பணம் கொடுக்க என்னமாய் மூக்கால் அழறான்! அவன்கள் கொடுக்கறது உன் டிரஸ்ஸுக்கும் உன் மற்றச் செலவுக்கும்தான் சரியாக இருக்கும்!"

அவள் நம்பத் தயாரில்லை. அதை விவாதிப்பதும் அநாகரீகம் என்று தோன்றிற்று. இவர்களின் முயற்சியால் டில்லி கலாச்சார வட்டாரத்தில் அவளுடைய பெயர் பிரபல்யமாகி வருகிறது என்கிற உணர்வும் நாவைக் கட்டிப்போட்டது.

சமையல் வேலையை ஒரு வழியாய் முடித்து அவள் முகத்தைக் கழுவிப் பொட்டிட்டுக்கொண்டு உள்ளறைக்குச் சென்று ஒத்திகை செய்வதற்காக டேப்பைச் சுழலவிட்டாள். காலில் சதங்கையைக் கட்டிப் புடவையைச் செருகி 'சாமி நின்னே கோரினானு'வில் ஒன்றி உருகிப்போக ஆரம்பிக்கையில் கதவருகில் கமலா வந்து நின்றாள்.

"சியாமளி, கொஞ்சம் கூடத்துக்கு வர்ரியா?"

லேசாக எரிச்சல் ஏற்பட்டது.

"எதுக்காக? எனக்குப் பிராக்டிஸ் பண்ணணும்?"

"சும்மா ஒரு பத்து நிமிஷம். வந்திருக்கிறவர் பெரிய ஆள். உன்னைப் பார்க்கணும்கிறார்."

"அவர் டான்ஸை வந்து பார்க்கட்டும். இங்கே என்ன பார்வை? பிராக்டிஸ் பண்ணல்லேன்னா நாளன்னிக்கு மானம் போயிடும். எத்தனையோ ஐதிகளை மறந்து போயிட்டாப்பலே இருக்கு."

"எல்லாம் பிராக்டிஸ் பண்ணினால் ஞாபகம் வரும். ஒரு பத்து நிமிஷம் வாடின்னா ஒரு பிகு பண்றியே? தலையை வாரிக்கொண்டு கொஞ்சம் பவுடர் போட்டுக்கொண்டுவா."

"அதெல்லாம் முடியாது. இப்படியே வருவதானால் வருகிறேன்."

சுறுசுறுவென்று கமலாவின் முகத்தில் கோபம் வெளிப்படையாய்ப் படர்ந்தது.

"இந்த ஜன்மத்திலே நீ முன்னுக்கு வரமாட்டே! உனக்காக நானும் அத்தானும் மெனக்கிடறோம் பார். நாங்கள்தான் முட்டாள்கள்!"

"சரி வரேன்! கத்தாதே!" அவள் ஆயாசத்துடன் ஒரு கையாலாகாத்தனக் கோபத்துடன் தலையை வாரி லேசாகப் பவுடரைப் பூசிக்கொண்டு கமலாவைத் தொடர்ந்தாள். அவள் கூடத்துக்குள் நுழைந்ததும் அவன் எழுந்தான். சிவப்பாகத் தளதளவென்ற உடம்பில் பணத்தின் மதர்ப்பு தெரிந்தது. பார்வையில் வேலையில்லாச் சோம்பலும் காத்து நின்ற நேரமும் உல்லாசமாய்ச் சல்லாபித்தன. மிதமிஞ்சிய மரியாதையுடன், "நமஸ்தே," என்று கைகூப்புகையில் கண்கள் அவளை முழுசாக உரித்தன.

"அசோக் சோப்ரா." என்று நடேசன் அறிமுகப்படுத்தினார்.

"ஓ! ஷி இஸ் பர்பெக்ட்!" என்றான் சோப்ரா. "இத்தனை அழகான உடம்பில் அற்புதமான கலையும் சேர்ந்திருப்பது, ஆச்சரியமான விஷயம்..."

அவளை ஏதோ விற்பனைப் பொருள் போல் அவன் எதிரில் நிறுத்தித் தாங்கள் எதுவும் பேசாமல் அவன் கணிப்புக்காக காத்து நிற்கிற விதத்தில் அக்காவும் அத்தானும் நடந்துகொண்டது அவளுக்குக் கோபம் வந்தது.

"போன வாரம் உங்கள் நாட்டியத்தைப் பார்த்தேன். சொக்கிப் போய் விட்டேன். அப்பொழுதே தீர்மானித்துவிட்டேன். இனிமேல் இந்தி சினிமா உலகத்தில் நம்பர் ஒன் ஸ்டார் நீங்கள்தான் என்று!"

அவள் திகைத்து இந்தியிலோ ஆங்கிலத்திலோ சரளமாகப் பேசத் தெரியாத குழப்பத்தில் கமலாவைப் பார்த்து, "என்னக்கா சொல்கிறான் இவன்?" என்றாள்.

கமலா சாகசமாகச் சிரித்துச் சமர்த்தியமாக அவள் தோளைப் பற்றி உள்ளே அழைத்து வந்தாள்.

"கொஞ்சம் முரண்டு பண்ணாம இரு சியாமளி. உனக்கு நல்லதைத்தான் செய்கிறோம். சோப்ரா ரொம்பப் பெரிய பிலிம் ப்ரொட்யூசர். உன்னைப் பார்த்து மயங்கிப் போய்விட்டார். எடுத்தவுடனே உன்னை ஹீரோயினா போடறேன்னு வந்திருக்கார் அட்வான்ஸ்ஸோட..."

சட்டென்று அவளுள் ஓர் ஆத்திரம் மூண்டது. "என்னைக் கேக்காம அட்வான்ஸ் வாங்கியாச்சா?"

"இன்னும் வாங்கவில்லை."

"நான் உன்னை நம்பமாட்டேன். முதல்லே அதைத் திருப்பிக் கொடுத்து அவனை வெளியிலே அனுப்பு! நான் சினிமாவிலே சேரமாட்டேன்னு உனக்கு ஆயிரம் தடவை சொல்லியாயிற்று. உனக்கென்ன இப்படிப் பேராசை...!"

மனத்தில் ரொம்ப நாளாகக் கனன்று கொண்டிருந்த ஆத்திரமெல்லாம் ஒரேயடியாய் வெடிக்கப் பார்த்தது.

"ஆமாம். பேராசைதான், என் தங்கை பெரிய பிலிம் ஸ்டார்னா எனக்குப் பெருமையில்லையா?"

"எதுக்குப் பெருமை? அத்தோடு வருகிற பணத்துக்காகத் தானே?"

"இருக்கட்டுமே, அதனாலே என்ன தப்பு? எத்தனையேர் பேர் நாட்டியமாடுகிறவர்கள் சினிமாவிலே சேரல்லே?"

"யார் சேர்ந்தாலும் சேரட்டும் நான் சேரமாட்டேன். குஞ்சம்மாவுக்கு நான் அன்றே சத்தியம் பண்ணிக் கொடுத்திருக்கிறேன்!"

"குஞ்சம்மாவுக்கு உலகத்தைப் பற்றி என்னடி தெரியும்?"

அவள் தாக்கப்பட்டவள் போல் கமலாவைக் கோபத்துடன் பார்த்தாள்.

"அக்கா! குஞ்சம்மாவைப் பரிகாசம் பண்ண உனக்கு எந்தவிதத் தகுதியும் கிடையாது. முதல்லே அந்த மனுஷனைப் போகச் சொல்லு! அவனுடைய பார்வையும் சிரிப்பும் தூ. இனிமேல் இந்த மாதிரி ஆளை அழைச்சிட்டு வந்தாயானால் நான் குஞ்சம்மாகிட்டேயே மறுபடி போய்விடுவேன்."

அவளுடைய கோபத்தையும் தீவிரத்தையும் பார்த்து உண்மையில் மிரண்டு ஆனால் வெளிக்கு, "உருப்பட மாட்டேடி நீ." என்று கோபமாக உமிழ்ந்து கமலா கூடத்துக்கு விரைந்தாள்.

சியாமளிக்கு வெகு நேரத்துக்கு மார்பு படபடத்துக் கொண்டிருந்தது. அடிவயித்திலிருந்து சுருண்ட துக்கத்தை நெஞ்சு விம்மி விம்மித் தணித்தது. அவள் பெரிய சத்தத்துடன் அறைக்கதவை தாளிட்டு டேப்பை மறுபடி சுழல விட்டுச் சதங்கையைக் கட்டிக்கொண்டு ஆட ஆரம்பித்தாள். ஆத்திரத்தையும் ஏமாற்றத்தையும் மறந்தநிலையில் ஒத்திகையை முடித்த பிறகு வெளியில் வரும்போது மனதில் ஒரு வீறாப்பு இருந்தது. என் ஆட்டத்தையும் அழகையும் என்னைக் கேட்காமல் நீங்கள் அடகு வைக்க முடியாது...

இரண்டு நாட்கள் அவள் அவர்களுடன் பேசவே இல்லை. வெகு தீவிரமாக நடன ஒத்திகை பார்ப்பதில் ஆழ்ந்தாள்.

அன்று என்றைக்குமில்லாத உயிர்ப்புடன் அவள் ஆடினாள். நான் யாருக்காகவும் எந்த அந்நிய வரும்படிக்காகவும் ஆடவில்லை. எனக்காக என்னுடைய ஆத்மாவின் சந்தோஷத்திற்காக ஆடுகிறேனென்று உணர்த்துகிற மாதிரி.

நிகழ்ச்சி முடிந்ததும் மிதமிஞ்சிய ஆயாசம் அவளை ஆட்கொண்டது. நான் எதற்காக இந்த ரசனையற்ற கும்பலுக்கு முன் ஆட வேண்டும் என்று அலுப்பேற்பட்டது. மறுபடியும் சோப்ராவின் மேயும் பார்வையும் தூண்டில் சிரிப்பும் நினைவுக்கு வந்தன.

"நமஸ்காரம்மா!"

சதங்கையைக் கழற்றிக் கொண்டிருந்தவள் தமிழ்ப் பேச்சைக் கேட்டுச் சட்டென்று நிமிர்ந்தாள். மெல்லிய சரிகைக்கரை வேட்டியும் முழுக்கைச் சட்டையுமாக எதிரில் பளிச்சென்று ஒருத்தன் நின்றிருந்தான். வசீகரமாகப் புன்னகைத்தான்.

"உங்க நாட்டியத்தைப் பார்த்து நான் இன்றைக்கு மெய்சிலிர்த்துப் போய்விட்டேன். மேடையிலே உங்களைப் பார்க்கும்போது உங்களை ஒரு மனுஷியாவே நினைக்க முடியவில்லை சாட்சாத் தேவியின் ஸ்வரூபம் மாதிரி இருந்தது! எனக்குக் கண்ணிலே நீர் வந்திட்டுது."

அவள் லேசான ஆச்சரியத்துடன் அவனைப் பார்த்தாள். இதுவரை யாரும் அவளிடம் இந்த மாதிரியான மென்மையான வார்த்தைகளைச் சொல்லிப் பாராட்டியதில்லை என்ற உணர்வு தாக்கிற்று. அவள் நாட்டியத்தைப் பாராட்டுவார்கள். கூடவே அவள் அழகையும் சேர்த்துச் சொல்வார்கள்.

"ரொம்பத் தாங்க்ஸ்!" என்று அவள் புன்னகைத்தாள்.

"இப்பத்தான் முதல் தடவை என் நாட்டியத்தைப் பார்க்கிறீங்களா?"

"ஆமாம்மா! நிறையக் கேள்விப்பட்டிருக்கிறேன் உங்களைப் பற்றி. இன்றைக்குத்தான் சமயம் நேர்ந்தது. நான் லக்னோவில் இருக்கிறேன். ஒரு இண்டஸ்ட்ரியலிஸ்ட். கர்னாடக சங்கீதம், நாட்டியமென்றால் ரொம்ப ஆர்வம். டிசம்பர் மாதம் மெட்ராஸுக்குப் போகாமல் இருக்கமாட்டேன். எனக்குப் பூர்வீகம் தஞ்சாவூர்."

வெகுநாள் பழகியவன் போல் அவன் சரளமாகப் பேசினான்.

நடேசனைப் பார்த்துக் கையை நீட்டி "என் பெயர் மனோகரன்," என்றான்.

மறுபடி அவன் நாட்டியத்தைப் புகழ்ந்து தனது தொழிலையும் பூர்வோத்திரத்தையும் விவரித்து "நீங்கள் எங்கே இருக்கிறீர்கள்?" என்று கேட்டான்.

"ஸப்தர்ஜங் என்க்ளேவ்!"

"உங்களை நான் ட்ராப் செய்யறேன் வாருங்கள், நான் அக்பர் ஓட்டல்லே தான் தங்கியிருக்கிறேன்."

அவனுடைய பிரம்மாண்டமான காரையும் யூனிபார்ம் அணிந்த டிரைவரையும் பார்த்துக் கமலாவின் முகம் மலர்ந்து போயிற்று.

"உங்களை நான் இதுக்கு முன்னே எங்கேயோ பார்த்த மாதிரி இருக்கு!"

"ஏதாவது கலை நிகழ்ச்சியிலே பார்த்திருப்பீங்க. ஆனால் உங்க தங்கையோட டான்ஸை இன்றைக்குத்தான் பார்த்தேன். நெஞ்சு நிறைந்து போச்சு. இனிமே எங்கே நிகழ்ச்சி நடந்தாலும் நீங்க என் லக்னோ அட்ரஸுகுத் தகவல் தெரிவிச்சுடுங்க. நான் எங்கேயிருந்தாலும் வந்து விடுகிறேன்."

சியாமளி கூச்சத்துடன் தலையைக் குனிந்துகொண்டாள். உள்ளே ஒரு சந்தோஷம் அலையாய் எழுந்தது.

"லக்னோவில் இன்னும் யார் இருக்கறது?"

"என் ஒய்ஃப் இருக்கிறாள். குழந்தைகள் கிடையாது."

போகும்போது, "இவங்க டான்ஸை இங்கே பார்த்து பிலிம் ப்ரொட்யூஸர் யாரும் புக் பண்ண வரல்லியா?" என்று கேட்டான்.

"அதையேன் கேக்கறீங்க! இரண்டு நாள் முந்தி ஒரு பெரிய ப்ரொட்யூஸர் ஹீரோயினாப் போடறேன்னு முன் பணத்தோடு வந்தார். இவளுக்கு வந்ததே பார்க்கணும் கோபம், சினிமான்னு பேச்சை எடுத்தியானால் நான் கும்பகோணத்துக்குக் கிளம்பிப் போயிடுவேன்னு ரகளை பண்ணி இன்னிக்குத்தான் மறுபடி பேச ஆரம்பிச்சிருக்கா...!"

"எனக்கு ரொம்பச் சந்தோஷமாயிருக்கு. நீங்க இந்த விஷயத்திலே இத்தனை உறுதியா இருக்கிறது. உங்களுக்கு

இருக்கிற திறமை தெய்வீகமானது. உபாசிக்க வேண்டியது. அதை அலட்சியப்படுத்தினால் மகா பாவம்!''

அவள் வியப்புடன் அவனைப் பார்த்தாள்.

குஞ்சம்மாவின் பாஷையல்லவா இவன் பேசுகிறான்?

''மிஸஸ் நடேசன், நான் ஒரு விஷயம் சொல்கிறேன். பணத்தாலே நிச்சயம் சந்தோஷத்தை விலைக்கு வாங்க முடியாது. என் சொந்த அனுபவத்திலே நான் கண்ட உண்மை இது! ஞானமும் ரஸனையும் தவிர வேறு எதுவுமே மனுஷனுக்கு முக்கியமில்லே!''

புதிய இனிய ஆச்சரியம் அவளை ஆட்கொண்டது. அது ஏற்படுத்திய சுவாரசியம் அவன் பால் ஈர்த்தது.

அத்தியாயம் 8

கார் சீராக டில்லியை நோக்கிப் போய்க் கொண்டிருந்தது. அக்கா தூக்க மயக்கத்தில் இருந்தாள். நடேசன் ஒரு தொடர்கதையில் ஆழ்ந்திருந்தார். மனோகரன் முன் ஸீட்டில் ஏதோ ஆஃபீஸ் ஃபைலில் மூழ்கியிருந்தான்.

ஒரு திருப்தி கலந்த புன்னகையுடன் சியாமளா விரைந்து பின்னுக்கு நகர்ந்த வெட்டவெளியைப் பார்த்தாள். வெறும் பொட்டல் நிலங்களில்கூட ஒரு கவிதை அழகு தெரிந்தது.

அதன் வரட்சியும் ஏக்கமும் புரிந்து போனாற்போல் இருந்தது. உங்களுக்குத் துணையாக வேர்கள் இல்லாத நாங்கள் இருக்கிறோம் என்கிறாற்போல் பொட்டல் நிலங்களில் திடீரென்று தோன்றியிருக்கும் லம்பாடிகளின் கூடாரங்கள். வரண்ட பின்புலத்துக்கு ஜீவன் சேர்க்கிற மாதிரி அவர்களது வண்ண வண்ண உடைகள். கவிழ்ந்த கிண்ணங்கள் போல் மார்பை மூடிய அனாயாச ரவிக்கைகளில் தைக்கப்பட்ட கண்ணாடித் துண்டுகள் வெய்யிலில் பளபளத்தன. வேலை செய்தபடியே அவர்கள் பாடும் பாட்டு காற்றோடு கலந்து வந்து கூடவே பயணித்தது...

சியாமளாவுக்கு உலகத்து ஜீவராசிகள் எல்லாவற்றின் மேலும் அன்புப் பிரவாகம் பொங்கிற்று. எதிரே நான்கு ஒட்டகங்கள் வரிசையாக வந்தன. அவள் சின்னப் பெண்ணைப் போல் "ஹேய் ஒட்டகம்!" என்று கையைக் கொட்டி ஆர்ப்பரித்தாள்.

தூக்கிவாரிப் போட்டவள் போல் கமலா கண்ணைத் திறந்து பார்த்தாள்.

"என்னது?"

"ஒட்டகம் போறது பார்! எத்தனை உயரம்!"

"ராஜஸ்தான்லே ஒட்டகத்தைப் பார்க்கிறது ஒரு அதிசயமா?"

கமலா தூக்கம் கலைந்துபோன அலுப்புடன் கண்களை மூடிக்கொண்டாள்.

மனோகரன் ஃபைலை முடிவிட்டுப் பின்ஸீட்டுப் பக்கமாய்த் திரும்பிப் புன்னகைத்தான்.

"ஒட்டகத்துக்கு மேலே உனக்கு இத்தனை ஆசைன்னு எனக்குத் தெரியாமல் போச்சே?"

"தெரிஞ்சிருந்தால் என்ன செய்திருப்பீங்க? நெக்லெஸுக்குப் பதிலாய் ஒட்டகம் வாங்கிக் கொடுத்திருப்பீங்களா?"

"நெக்லெஸைப் போட்டு ஒட்டகத்திலே சவாரி செய்ய, வெச்சிருப்பேன்!"

"தனியாவா?"

அவன் அவளை எச்சரிக்கிற மாதிரி ஒரு பார்வை பார்த்தான். சுயநினைவு வந்தவளாய் அவள் நடேசனையும் கமலாவையும் ஒரக்கண்ணில் கவனித்துப் பார்வையை மறுபடி புன்னகையுடன் வெளிப்பக்கம் திருப்பினாள். மனம் வெட்கமில்லாமல் துள்ளிக்கொண்டிருந்தது. அவள் விழிப்புடன் இல்லாவிட்டால் அது ஆயிரம் கால் பாய்ச்சலில் முன்னால் ஓடிவிடும்போல இருந்தது. சமயம் வரும்வரை அதைக் கட்டுப்படுத்தி வைக்க வேண்டும் என்று அவள் தனக்குள் சொல்லிக்கொண்டாள்.

இங்கே ஜெய்ப்பூருக்கு வரும் அளவுக்கு மனோகரனுடன் அவளுக்கும் அக்காவுக்கும் ஏற்பட்ட நெருக்கம் அடுக்கடுக்காய் நினைவு வந்தன...

அடுத்த நிகழ்ச்சிக்கு வருவதாகச் சொன்ன மனோகரன் வராதபோது அவளுக்குப் பெரிய ஏமாற்றமாக இருந்தது அவனைப் பார்க்க வேண்டும் என்கிற ஆவலும் எதிர்நோக்கும் அவளையறியாமல் சிந்தனையை ஆக்கிரமிப்பது அவளை லேசாகக் கலவரப்படுத்தியது. அவன் மணமானவன் என்று அடிக்கடி தன்னை ஞாபகப்படுத்திக் கொண்டும் மனம் சண்டித்தனத்துடன் கண்ணை மூடிக்கொண்டது. அவனுடன் பேசுவதும் அவன் பேச்சைக் கேட்பதும் அதனால் கிடைக்கும் சந்தோஷமும் என்னுடைய பிரத்தியேகமான அனுபவம். இந்த என்னுடைய அனுபவம் மற்றவர் வாழ்வைப் பாதிக்கப் போவதில்லை...

அன்றைக்கு அவள் 'சுவாமி நின்னே கோரி நானு'வை மறுபடி அப்பியசிக்கும் போது திடீரென்று மனோகரனின் நினைவு வந்தது. அதைப் பார்த்துவிட்டு அன்று அவள் தேவியின் சொரூபம் என்று மெய்சிலிர்த்து வர்ணித்தது ஞாபகத்திற்கு வந்தது.

அவள் ஆடுவதை நிறுத்திக் கமலாவைக் கேட்டாள்:

"அக்கா அந்த ஆள் அப்புறம் வரவேயில்லையே?"

"ஆமாம், நீ அந்த மாதிரி அவமானப்படுத்தி அனுப்பிச்சப்புறம், மறுபடியும் வந்து தொங்குவான்னு நினைச்சியா? அவன் சாதாரண ஆள் இல்லே."

"ஐயோ! நான் அந்தச் சினிமாக்காரனை சொல்லல்லே! மனோகரன்னு ஒருத்தர் வரலே, லக்னோவிலே இருக்கேன்னாரே!"

"ஓ, ஆமாமாம். யார் கண்டது? இன்விடேஷன் இரண்டு தடவை போட்டோம். ஆளைக் காணோம். லக்னோவிலே இருக்கிற ஆள் என்றாலே நமக்கு உபயோகமில்லே. அதனாலே எனக்கு அவனைப்பத்தின நினைவும் இல்லே!"

உள்ளே சுருசுருவென்று கிளம்பின அருவருப்பை மறைத்துக்கொண்டு சியாமளா சிரித்தாள்.

"ரொம்ப வியாபாரத்தனமா இருக்கே அக்கா நீ. எல்லா உறவிலேயும் லாப நஷ்டம் பார்க்கறேதே உன் வழக்கமாய்ப் போச்சு. நீ லாபத்தைப் பார்க்கிறே நான் அதிலே என் நஷ்டத்தைப் பார்க்கிறேன். கொஞ்ச நாள்லே நான் உன் தங்கை என்கிறதே உனக்கு மறந்து போயிடும்..."

கமலாவின் பார்வையில் சுரீரென்று ஒரு கோபம் பாய்ந்தது.

"என் தங்கை என்கிற நினைப்பு இல்லாததாலேதான் உனக்காக இவ்வளவு பாடுபடறேனா? டான்சைத் தொழிலா வெச்சுக்கிட்டப்புறம் அந்தத் தொழிலுக்குத் தேவையான சாமர்த்தியமும் வேண்டும். புகழும் பணமும் எப்பத்தான் வரும்! உன் டான்சைத் தமிழ்லே ஒருத்தன் புகழ்ந்து விட்டான் என்கிறது முக்கியமான விஷயமில்லே. நமக்கு எந்த வகையிலே அவன் உபயோகமா இருப்பான் என்கிறதுதான் முக்கியம். கம்பெனி கார்லே சுத்தற அன்னக் காவடிகளை, சவுடால்களை நான் நிறையப் பார்த்திருக்றேன். சரி, சரி. நீ ஆடி முடி. இட்லிக்கு வேற ஊறப் போட்டிருக்கேன். அரைச்சு வெச்சுடு. எனக்கு வெளியிலே போகணும்."

சியாமளா திடுக்கிட்டு அவளைப் பார்த்தாள். "ஓ! அது வேற வேலையிருக்கா? நான் ஆடி முடிக்க ஒரு மணி நேரம் ஆகும்."

"ஆகட்டும், பரவாயில்லே. அதுக்கப்பறம் அரை. உன்னுடைய அடுத்த புரோக்ராமை ஃபிக்ஸ் பண்ணத்தான் போயிட்டிருக்கேன்!"

அவளுக்கு வந்த ஆத்திரத்தில் என்னென்னவோ கத்த வேண்டும் போல் இருந்தது. 'எனக்கு இந்த புரோக்ராமும் வேண்டாம். செக்கு மாடு மாதிரி நீ என்னை ஆட்டி வைக்கவும் வேண்டாம்' என்று உதறிக்கொண்டு கிளம்பிவிட

வேண்டும் போல் இருந்தது. நீ என்ன என்று என்னை நினைத்துவிட்டாய்? உனக்கு நான் வெறும் மூலதனம் என்று நினைத்தாயா? பணம் பண்ணும் கருவி என்று நினைத்தாயா? பணம் கேட்காத வேலைக்காரி என்று நினைத்தாயா?

அவள் எதையும் சொல்லாமல் தன் ஆட்டத்தைத் தொடர்ந்தாள். ஆத்திரத்தை வார்த்தைகளில் கொட்டினால் அக்காவின் தரத்துக்கு இறக்கிவிடுவோம் என்று பயமாக இருந்தது. அக்காவும் அத்தானும் நம்மை உபயோகிக்கிறார்கள் என்கிற பிரக்ஞையுடன் எத்தனை நாட்களுக்கு இந்தச் சூழலில் இருப்பது சாத்தியம் என்று திகைப்பேற்பட்டது. வரவர நாட்டியம் ஆடுவதுகூட ஏதோ நிர்ப்பந்தத்துக்கு ஆடுகிற மாதிரி, அதன் சுபாவமான உற்சாகத்தை இழந்துவிட்ட மாதிரி பிரமை ஏற்பட்டது...

"போயிட்டு வரேண்டி! தாழ்ப்பாள் போட்டுக்கொள்."

பயிற்சியை நிறுத்திக் கதவைச் சாத்திக்கொண்டு வருகையில் அடிவயிற்றிலிருந்து ஓர் ஆத்திரம் கிளம்பிற்று. இந்த மாதிரி ஒரு சிறுமைப்பட்ட வாழ்வை அதிக நாள் வாழ முடியாது. மூட்டை கட்டிக்கொண்டு குஞ்சம்மாவிடம் போய்விட வேண்டும். அவள்தான் நமக்குப் புகலிடம். பட்டணவாசம் நமக்குப் போதும்...கிடைத்த புகழ் போதும்...

அவள் உளுந்தை அரைக்க உட்கார்ந்த போது உடம்பு அசந்து போயிருந்தது. பாதி அரைத்து முடிக்கையில் யாரோ கதவைத் தட்டினார்கள். அவள் கையைக் கழுவி, தூக்கிச் செருகியிருந்த புடவையைப் பற்றின நினைப்புக்கூட இல்லாமல் போய்க் கதவைத் திறந்தாள்.

வெளியில் நின்றிருந்த மனோகரனைப் பார்த்துச் சட்டென்ற ஒரு சந்தோஷம் அவளுள் படர்ந்தது.

"ஓ! வாங்க வாங்க!" என்றாள் உற்சாகத்துடன்.

அவன் லேசான சிரிப்புடன் 'சௌக்கியமா?' என்றபடி அவள் நின்ற நிலையை ஒரு சுவாரஸ்யத்துடன் பார்த்தான்.

அவள் விலகியிருந்த மார்புச் சேலையை அவசரமாகச் சரிசெய்து கொண்டு தூக்கிச் செருகியிருந்த புடவையைக் கீழிறக்கிச் சிரித்தாள்.

"நான் இட்லிக்கு அரைச்சிட்டிருந்தேன். புடவையைத் தூக்கிச் செருகின நினைப்பில்லாமல் கதவைத் திறந்துட்டேன். இதுக்குத்தான் என்னை எங்க அக்கா பட்டிக்காடு என்பாள்."

அவன் லேசான அதிர்ச்சியுடன் கேட்டான். "என்னது! இட்லிக்கு அரைக்கிறீர்களா? இந்த உடம்பும் கையும் அந்த மாதிரி வேலை செய்யறதுக்குப் பிறந்ததில்லையே!"

அவள் மழுப்பலாகச் சிரித்தாள். "அக்கா வெளியிலே போக வேண்டியிருந்தது. நீங்க ஏன் அப்புறம் நடந்த என் நிகழ்ச்சி எதுக்கும் வரல்லே?"

"ஜெர்மனிக்குப் போயிருந்தேன். இன்னிக்குக் காலையிலேதான் வந்து இறங்கினேன். டில்லியை மிதிச்சதும் உங்க நினைப்பு வந்தது."

அவளுக்குப் புரியாத ஒரு கிளுகிளுப்பான சந்தோஷத்தை அவனது பார்வையும் புன்னகையும் பேச்சும் ஏற்படுத்தின. "நீங்க வராததாலே என் நாட்டியத்தை நீங்க மறந்தே போயிட்டீங்கன்னு நினைச்சேன்!"

அவன் அடிபட்டவன் மாதிரி அவளைப் பார்த்தான். "மறக்கக் கூடிய நாட்டியமா அது? நான் ஜெர்மனிக்கு மட்டும் போகல்லே. ஐரோப்பா முழுக்கச் சுற்றினேன். எல்லா இடத்திலேயும் உங்களைப்பத்திச் சொல்லிட்டு வந்திருக்கேன். சீக்கிரமா ஒரு டூருக்கு ஏற்பாடு பண்ணலாம்!"

"நிஜம்மாவா?" என்றாள் அவள் பாமரத்தனமான சந்தோஷத்தோடு.

கமலாவும் நடேசனும் இல்லாத நேரத்தில் அவளுடன் அதிகநேரம் பேசிக் கொண்டிருக்கக் கூடாது என்கிற தோரணையில் அவன் சிறிது நேரத்தில் அவசரமாகக் கிளம்பிப்போனான். பிறகுதான் அவன் கைப்பெட்டியை வைத்து விட்டுப் போனதை அவள் கவனித்து எடுத்துவைத்தாள். அவன் அதை எடுத்துப்போக மறுபடி வருவான் என்கிற எதிர்பார்ப்புடன்.

கமலா வீட்டுக்குள் நுழையும்போதே பெட்டியை கவனித்தாள்.

"யார் பெட்டி இது சியாமளி!"

"மனோகரன் வந்திருந்தார். மறந்து போய் வெச்சுட்டுப் போயிட்டார்."

"எங்கே தங்கியிருக்காராம்?"

"தெரியாது."

"பெட்டிக்குள்ளே விலாசம் இருக்கா, பார்க்கிறேன்." என்றபடி கமலா தனது சுபாவமான சின்னத்தனத்துடன் திறந்தாள். "ஏய்! இதைப் பார்!" என்றாள் வியப்புடன்.

பெட்டி நிறையக் கற்றை கற்றையாக ரூபாய் நோட்டுக்கள்.

"அவன் ஏதோ கள்ளக்கடத்தல்காரனாகவோ கொள்ளைக் காரனாகவோ இருக்கணும்!" என்றாள் கமலா.

சியாமளாவுக்குச் சுரீரென்று கோபம் வந்தது. "ஆனாலும் நீ மோசம் அக்கா! ஆளைப் பார்த்தால் தராதரம் தெரியாதா?"

"பின்னே எதுக்கு இத்தனை பணம் பெட்டியிலே?"

சில நிமிடங்களில் மனோகரன் திரும்பி வந்தான். "பெட்டியை வெச்சுட்டுப் போயிட்டேன். ஸாரி," என்றான். "முக்கியமான பேமென்ட் ஒண்ணு பண்ணணும்னு பாங்க்லே வித்ட்ரா பண்ணியிருந்தேன். இங்கே மறந்துட்டேன்."

கமலா தயக்கத்துடன் சிரித்தாள். "சினிமாவிலேதான் இத்தனை பணம் பார்த்திருக்கிறேன்!"

மனோகரன் சுலபமாகச் சிரித்தான்.

"இது கள்ளப்பணம் இல்லே. உழைச்சு சம்பாதிச்ச பணம். என்னை நீங்க நம்பலாம்!"

அந்த வினாடியிலிருந்து அக்காவின் மதிப்பில் அவன் உயர்ந்து போனான்.

அதனால் தான், நான்கு நாட்கள் முன்பு, "நான் ஜெய்ப்பூர் போகிறேன். வருகிறீர்களா என்னோடு?" என்று அவன் கேட்டபோது அவர்கள் ஒருமனதாய்க் கிளம்பினது வெகு இயல்பான விஷயம்போல் இருந்தது.

டில்லியின் எல்லைக்குள் நுழைந்து வீட்டிற்கு முன் வண்டி நின்றது. கமலா பூட்டைத் திறக்கச் சென்றாள். நடேசனும் டிரைவரும் சாமான்களை தூக்கிக் கொண்டு போனார்கள். இருள் படர்ந்த இடத்தில் நின்றிருந்த மனோகரன் சியாமளாவின் கையை மெல்ல அழுத்தினான்.

"நான் போயிட்டு வரேன் சியாமளி." என்றான் மிருதுவாக. "இரண்டே நாள்ளே வருவேன். நல்ல சேதி கொண்டு வருவேன். நீ அக்காளையும் அத்தானையும் தயார் பண்ணி வை!"

அவளுக்கு உணர்ச்சிப் பெருக்கில் வார்த்தைகளே வரவில்லை.

"ஆகட்டும்," என்றாள் மெல்ல. "உங்க மேலே அவங்களுக்கு ரொம்ப மதிப்பு இருக்கு. ஏன் தடை சொல்லப் போறாங்க?"

அவன் தோளைக் குலுக்கிச் சிரித்தான். "பெஸ்ட் ஆஃப் லக்!" என்றான்.

"சியாமளா!"

அவள் சட்டென்று விலகினாள்.

"இதோ வரேன்க்கா!"

அவள் வாசற்படியை அடைந்தபோது கமலாவின் பார்வையில் சந்தேகமும் எரிச்சலும் தெரிந்தன.

"இதோ வரேன்க்கா!"

அவள் வாசற்படியை அடைந்தபோது கமலாவின் பார்வையில் சந்தேகமும் எரிச்சலும் தெரிந்தன.

அத்தியாயம் 9

கண்ணாடி முன் நின்று தலைவாரிக் கொள்ளும்போது, கையின் ஒவ்வொரு அசைவுக்கும், கழுத்தின் சொடுக்குக்கும் நெக்லெஸ்ஸின் வைரங்கள் ஜொலித்தன. சியாமளா வாருவதை நிறுத்தி மார்பகத்தின் மேல் அழுத்தமாக அமர்ந்திருந்த நெக்லெஸ்ஸின் மேல் விரல்களை ஓட விட்டாள். இதை அணிந்துகொண்டு ஓட்டத்தின் மேல் சவாரி செய்தால் எப்படியிருக்கும் என்று கற்பனை செய்து பார்க்க வேடிக்கையாக இருந்தது.

அதரங்களில் புன்னகை விரிய அவள் மறுடிடி தலை சீவ ஆரம்பித்தாள்.

"உனக்குப் பைத்தியம்தான் பிடிச்சிருக்கு!"

கமலா அதுவரை கட்டில்மேல் உட்கார்ந்தபடி அவளையே கவனித்துக் கொண்டிருந்தது அப்பொழுதுதான் நினைவுக்கு வந்தது. அவள் தலையே திருப்பாமல் புன்னகை மாறாமல் கேட்டாள். "ஏனக்கா?"

"அதைக் கழட்டி வைக்கவும் மாட்டேங்கிற தொட்டுப் தொட்டுப் பார்த்து மகிழ்ந்து போறே, புதுசாக் கல்யாணமானவ தாலியைத் தொட்டுப் பாத்துக்கற மாதிரி."

சியாமளா பதில் ஏதும் சொல்லாமல் தனக்குள் புன்னகைத்துக் கொண்டாள். கிட்டத்தட்ட அந்த மனநிலையில்தான் நான் இருக்கிறேன் என்று சொன்னால், இந்த அக்கா என்ன சொல்வாள் என்று யோசனையேற்பட்டது.

யாரிடமோ சொல்கிற மாதிரி அக்கா கண்ணாடியில் தெரியும் அவள் பிம்பத்தைப் பார்த்துச் சொன்னாள். "ஒவ்வொரு

பொண்ணு என்ன சாமர்த்தியமா நடந்துக்குது உன்னை மாதிரி ஒரு அசட்டுப் பெண்ணை நான் பார்த்ததில்லே!''

"என்ன மாதிரி சாமர்த்தியம் வேணும்னு நீ எதிர் பார்க்கிறே அக்கா?''

"அவன் நெக்லெஸ்சைக் கொடுத்த உடனே அதை வாங்கி மாட்டிட்டியே, அந்த அசட்டுத்தனத்தைச் சொல்றேன். அந்த மனுஷன் கொல்லைத் தலைமாட்டுக்குப் போற மாதிரி வெளிநாட்டுக்குப் போறார். மந்திரிகளோட கோலி விளையாடின மாதிரி பேசறார். இதை அவர் நீட்டின உடனே, இதெல்லாம் எனக்கு வேண்டாம், எனக்கு வெளிநாட்டுக்குப் போறதுக்கும் அங்கே ப்ரோக்ராம் நடக்கிறதுக்கும் ஏற்பாடு பண்ணுங்கன்னு கேட்க உனக்குத் தெரிஞ்சுதா?''

"அதுக்கெல்லாம் ஏற்பாடு பண்றதாச் சொல்லியிருக்கார். என்னை வர்ல்ட் ஃபேமஸ் ஆக்கப் போறதாச் சொல்லியிருக்கார்.''

"ஆமா... சொல்லிட்டேயிருக்கார் இரண்டு மாசமாய். இதுவரை ஒண்ணையும் காணோம். இந்த மாதிரிப் பரிசு கொடுக்க வரும்போது நீ ஜாக்கிரதையாய் இருக்கணும். இதுக்கெல்லாம் நீ மயங்கறது அவருக்குத் தெரிஞ்சு போச்சுன்னா தன் காரியத்தை நடத்திக்கப் பார்ப்பாரே தவிர, உன் காரியம் ஒண்ணும் நடக்காது.''

சியாமளாவுக்குத் திடீரென்று சிரிப்பு வந்தது. "இதுக்கெல்லாம் நான் ஒண்ணும் மயங்கிப் போகல்லே. எந்தக் காரியத்துக்காகவும் நான் அவர்கிட்ட சிநேகமா இல்லே!''

"உனக்குச் சாமர்த்தியம் இல்லேன்னு இதுக்குத்தான் சொன்னேன்!''

அவளுக்குச் சட்டென்று ஓர் அலுப்பு ஏற்பட்டது. கமலாவின் சின்னத்தனமும் அல்பமான பேச்சும் வரவரத் தாங்கிக்கொள்ளவே சிரமமாக இருந்தது.

"அந்த மாதிரி சாமர்த்தியம் எல்லாம் எனக்கு வேண்டாம்க்கா!"

"சாமர்த்தியம் இருக்கோ இல்லையோ, அசட்டுத்தனம் கூடாது. அடுத்த தடவை அவர் வரட்டும்; நான் கேக்கப் போறேன், 'ஃபாரின் ட்ரிப்புக்கு நிச்சயமா ஏதாவது பண்ணுங்க'ன்னு. ஒண்ணுமே தெரியாததுங்கள்ளாம் அமெரிக்கா போனேன், ரஷ்யா போனேங்கறது. உன்னுடைய டான்ஸை இத்தனை ரசிக்கிறவர் ஒரு நேருக்கு ஏற்பாடு செய்யக்கூடாதா? அவரே அழைச்சிட்டுப் போகலாம், அவருக்கு இருக்கிற பணத்துக்கு!"

இவளுடைய விவஸ்தை கெட்டதனத்துக்கு ஓர் எல்லையே இல்லை என்கிற அவமான உணர்வில் அவளுக்கு, முகம் சிவந்து போயிற்று.

அவள் தலையைப் பின்னியபடியே மெல்லிய குரலில், சொன்னாள். "கூட்டிட்டுப் போவார் - கல்யாணத்துக்கப்புறம்!"

கமலா தூக்கிவாரிப்போட்டு அவளைப் பார்த்தாள். "என்னது? என்னடி சொல்றே?"

காரணம் புரியாமல் படபடத்த மார்பை நிதானப்படுத்திக் கொண்டு சீப்பைச் சுத்தப்படுத்தி வைத்து அவள் திரும்பிக் கமலாவைப் பார்த்தாள். அம்மாவின் சிடுசிடுப்பெல்லாம் இவளுக்கு வந்து சேர்ந்திருப்பதாகத் திடிரென்று, தோன்றிற்று. அந்தப் பார்வையும் குரலும்... 'ஏண்டி மூதேவிகளா!' உடம்பு ஒருமுறை சிலிர்த்தது. அதுதான் நம்மை விருக்கென்று குஞ்சம்மா கூப்பிட்டவுடன் கிளம்ப வைத்தது. அந்தக் குரலும் பார்வையும் ஏற்படுத்திய வரட்சிதான், எட்டு வயதில் கண்காணாத இடத்துக்கு, முன்பின் தெரியாதவளுடன் போவதற்கு அவளைத் தூண்டியது. சட்டென்று ஒரு துக்கம் நெஞ்சை அடைத்தது.

"என்னடி, நான் கேக்கறது காதிலே விழல்லியா?"

சியாமளா நிதானமாகத் திரும்பிக் கமலாவை ஒரு வினாடி தீர்க்கமாகப் பார்த்தாள். மறுபடி மெல்லிய குரலில் சொன்னாள். "மனோகரன் என்னைக் கல்யாணம் செய்துக்கப் போறார்க்கா!"

விழிகளை விரித்து நம்ப முடியாதவள் போல் கமலா பார்த்த பார்வையில் அதிர்ச்சி தெரிந்தது. "கல்யாணமா! உனக்கு மூளை இருக்கா இல்லையா? அவர் ஏற்கனவே கல்யாணமானவர் என்கிறது உனக்கு மறந்து போச்சா?"

"மறக்கல்லே. அவர் அவளை டைவோர்ஸ் பண்ணிடப் போறாராம்."

கமலாவின் முகத்தில் திகைப்பு இன்னும் இருந்தது. சுறுசுறுவென்று ஒரு கோபம் படர்ந்தது.

"அவருக்கு நீ என்ன பதில் சொன்னே? சம்மதம்னுட்டியா?"

அவள் தலையைக் குனிந்தபடி அக்காவின் ஊடுருவும் பார்வையைத் தவிர்த்து, 'ஆமாம்,' என்று தலையை ஆட்டினாள்.

"அடிப்பாவி! என்னையும் அத்தானையும் ஒரு வார்த்தை கேட்கணும்னு உனக்குத் தோணல்லியா? அவன் நீட்டினதும் நெக்லெஸ்சை வாங்கி மாட்டிட்ட மாதிரி கேட்டதும் மண்டையாட்டிட்டியா?"

தன்னுள் ரம்யமாக அமர்ந்திருக்கும் ஒரு விஷயத்தை அக்கா ரொம்பவும் கொச்சைப்படுத்துகிற மாதிரி அவளுக்குக் கோபம் வந்தது. "அக்கா! எனக்கு இருபது வயசு. நான் இப்ப ஒரு மேஜர். எனக்கு என் வாழ்க்கையை அமைச்சுக்கறதுக்குச் சுதந்திரம் இருக்கு!"

கமலாவின் முகத்தில் சுரீரென்று ஒரு சீற்றம் பாய்ந்தது. "ஓகோ! அத்தனை தூரத்துக்கு வந்தாச்சா? இந்த மாதிரிப் பேச உனக்கு யார் கத்துக் கொடுத்தது? மனோகரனா? குஞ்சம்மா நிச்சயம் இதை சொல்லிக் கொடுத்திருக்க மாட்டா!"

குஞ்சம்மாவின் பெயரைக் கேட்டதும் மிக மெல்லிய குற்ற உணர்வும், அதைத் தொடர்ந்து காரணம் புரியாத துக்கமும் அவளை ஆட்கொண்டது. அவள் தன்னையே சமாதானப் படுத்திக்கொள்கிறவள் போல் சொன்னாள்:

"எனக்கு அலுத்துப் போச்சுக்கா! தினம் தினம் நீ ப்ரோக்ராமைத் தேடி அலையறதும் நீ அலையற காரணத்துக்காக நான் உன் வீட்டைப் பராமரிச்சு ஓய்ஞ்சு போன உடம்போடு டான்ஸ் ப்ராக்டீஸ் பன்றதும்... என்னுடைய தரம் குறைஞ்கிட்டு வரது எனக்கே தெரியறது. அதைவிடத் தரம் கெட்டுக் கண்டவனுக்கெல்லாம் - பரதநாட்டியம்னா என்னென்னே புரியாதவனுக்கெல்லாம் - அவன் பெரிய மனுஷன் என்கிற காரணத்துக்காகக் கூழைக் கும்பிடு போடறதும் எனக்கு அலுத்துப் போச்சுக்கா!"

"இந்த ஃபீல்டுலே நீ முன்னுக்கு வரணும்னா அப்படியெல்லாம் செஞ்சுதான் ஆகணும்!"

"முன்னுக்கு வரணும்கிறதுக்கு என்ன அளவுகோல்னு எனக்குப் புரியல்லேக்கா: ஆத்மார்த்த சந்தோஷத்துக்காக ஆடின காலமெல்லாம் போச்சு. வெறும் புகழுக்கும் பணத்துக்கும் ஆடறேன் இப்போ. வெறும் வியாபாரப் பொருளா அதை ஆக்கிட்டேன். இந்த வியாபாரத்தாலே உனக்கும் அத்தானுக்கும்தான் லாபம். எனக்கில்லே! நீ எத்தனை பணம் வாங்கறே அதை என்ன செய்யறேன்னு இதுவரை நான் உன்னைக் கேட்டதில்லே. உன் மனச்சாட்சியைத் தொட்டுப் பாரு. உன் வீட்டு வேலைக்காரியா, உனக்குச் சம்பாதிச்சுப் போடற கருவியா நான் எத்தனை நாளைக்கு இருக்க முடியும்?"

இனிமேல் தாங்க முடியாது என்கிற ஒரு துக்கம் அடி வயிற்றிலிருந்து எழுந்தது. கண்களிலிருந்து கரகரவென்று நீர் வழிந்தது.

கமலாவின் முகம் மிதமிஞ்சிய கோபத்திலும் அவமானத்திலும் சிவந்து போயிற்று. உள்ளே எட்டிப் பார்த்த நடேசனிடம் பெரிய குரலில் ஆரம்பித்தாள்.

"இவ பேசறதைக் கேட்டீங்களா? இவளை நாம வேலைக்காரியா வெச்சிருக்கோமாம்! டான்ஸை வியாபாரமாக்கி லாபத்தையெல்லாம் நாம அனுபவிக்கிறோமாம்!"

"எதுக்காக இந்தப் பேச்சு இப்ப?"

"இந்தக் காரணத்தாலே அவளுக்கு அலுத்துப் போய், கல்யாணம் பண்ணிக்கத் தீர்மானம் பண்ணிட்டாளாம்!"

நடேசன் வியப்புடன் புருவத்தைத் தூக்கினார். "கல்யாணமா? அதுக்கென்ன அவசரம்?"

"அவசரமா? இப்ப அவளுக்கு இருபது வயசு! ஒரு மேஜர்! அவள் தன் வாழ்க்கையைத் தீர்மானிச்சுக்கறதுக்குச் சகல உரிமையும் இருக்கு."

அக்காவின் நையாண்டியைக் கேட்கக் கேட்க அவளுக்குப் பற்றிக்கொண்டு வந்தது.

நடேசன் சமாதானமாகப் புன்னகைத்தார். "அதை யாரும் மறுக்கல்லியே? என்ன மாதிரித் தீர்மானங்கறதும் முக்கியம்!"

"மனோகரன் கல்யாணம் பண்ணிக்கிறியான்னு கேட்டாராம். இவளுக்கிருக்கிற அலுப்புலே சரின்னுட்டாளம்!"

அதிர்ந்து போய் நடேசன் அவளைப் பார்த்தார். "அவருக்கு ஏற்கெனவே கல்யாணம் ஆகியிருக்கே?"

"முதல் பெண்டாட்டியை டைவேர்ஸ் பண்ணிடுவாராம்!"

"அப்ப பண்ணிட்டு வந்தப்பறம் பேசட்டும். டைவோர்ஸ் செய்யறது அவ்வளவு சுலபமில்லைன்னு தெரியுமா உனக்கு?"

முதல் முறையாக ஒரு சின்னக் கவலை அவளுள் எட்டிப் பார்த்தது. "சுலபமா செஞ்சுடுவேன்னு அவர் சொன்னார்!"

"வானத்தை வில்லா வளைப்பேன்னு கூடத்தான் சொல்வான்! எத்தனை அசட்டுப் பெண்ணாய் இருக்கே. சியாமளா! கல்யாணத்துக்கென்ன இப்ப அவசரம்? கல்யாணத்தைச் செஞ்சிக்கிட்டு அவரோட போயிடுவியா?"

"ஆமாம், லக்னோவுக்கு. பின்னே?"

"அப்ப உன் டான்ஸ், நாங்க செஞ்ச முயற்சி இதெல்லாம் என்ன ஆகும்?"

"அதெல்லாம் அவளுக்கு ஞாபகமே இல்லே!"

"கல்யாணத்துக்கப்பறமும் டான்ஸ் செய்வேன் அத்தான். அவர் எல்லா உதவியும் செய்வார்!"

நடேசன் குறுக்கும் நெடுக்குமாக நடந்தார். கமலா குடிமுழுகிப் போய்விட்ட மாதிரி கன்னத்தில் கையும் கண்களில் கடும் குரோதமுமாக உட்கார்ந்திருந்தாள். சியாமளாவுக்கு ஆச்சரியமாக இருந்தது. இவர்களின் திகைப்பும் கோபமும் மனோகரனுடன் நெருங்கிப் பழக இவர்களே தான் அனுமதித்தார்கள். உற்சாகம் கூடப் படுத்தினார்கள் என்று ஞாபகம் வந்தது.

"எளக்கு இந்தக் கல்யாணத்திலே இஷ்டமில்லைல சியாமளி."

அவள் திடுக்கிட்டு நடேசனைப் பார்த்தாள்.

"ஏன் அத்தான்? மூத்தவளை டைவோர்ஸ் செஞ்சுடுறேங்கறார். என் நாட்டியத்துக்கு நிறைய ஊக்கம் கொடுக்கறேங்கறார். நல்ல ரசனையுள்ளவர். நல்லவர், பணக்காரர். எனக்கு அவர்கிட்ட பிரியம் இருக்கு. அவரை நான் கல்யாணம் செஞ்சுக்கறது என்ன தப்பு?"

"பார்த்தீங்களா? எப்படிப் பேசறா பார்த்தீங்களா?"

நடேசன் சில வினாடிகள் ஏதும் பதிலே சொல்லாமல் இருந்தார். பிறகு அவளை நேரிடையாகப் பார்க்காமல் நிதானமாக வார்த்தைகளைக் கோத்துக் கோத்துப் பேசினார்:

"நான் இப்ப எதுக்கு யோசிக்கிறேன்னா, டில்லியிலே நீ இப்ப பிரபலமாகிக்கிட்டு வரே. இதையெல்லாம் மறந்துட்டு நீ லக்னோவிலே - பரதநாட்டியம்னா என்னன்னே தெரியாத, அந்த இடத்திலே - இருந்தேன்னா நாட்டியத்தை அடியோட மறந்துட வேண்டியதுதான். நான் என்ன சொல்லவரேன்னா, இந்தக்

கல்யாணம் என்கிற பந்தத்திலே நீ எதுக்கு மாட்டிக்கணும்? நாம இப்ப இருக்கிற மாதிரியே இருந்துட்டுப்போறது! வேணா ஒரு பெரிய வீடா ஒரு 'பாஷ் லொக்காலிட்டி'யிலே எடுத்துக்கறது. மனோகரன் அடிக்கடி வந்திட்டிருப்பார். இங்கே எவ்வளவோ பெரிய மனுஷங்க அப்படித்தான் இருக்காங்க! கல்யாணம் என்கிறதெல்லாம் இப்ப ஓல்ட் ஃபேஷன்!''

அவள் அதிர்ந்து போய் அவரைப் பார்த்தாள். ''நீங்க என்ன சொல்றீங்கன்னு எனக்குப் புரியல்லே!''

நடேசன் ஒரு மதர்ப்பான அசட்டுப் புன்னகை புரிந்தார். ''வந்து... அதுக்குக் கோஹாபிட்டேஷன்னு பேரு? ஹஸ்பெண்டுன்னு சொல்றதில்லே. கம்பானியன்னு சொல்லுவோம்!''

குபுகுபுவென்று ஒரு ஜ்வாலை அவளுள் எழுந்தது. அதில் மனசிலிருந்த பயம் எல்லாம் பொசுங்கிப் போயிற்று. மிகத் தீவிரமான தீர்மானம் எழுந்தது.

''எனக்கு அந்த மாதிரி வாழ்க்கை வேண்டாம் அத்தான்! நான் பழைய ஃபாஷனாகவே இருந்துட்டுப் போறேன்!''

அத்தியாயம் 10

சமையலறையிலிருந்து ஏக சத்தம் கேட்டுக்கொண்டிருந்தது. பாத்திரங்கள் படும் பாட்டில் கமலாவின் கோபம் தெரிந்தது. எதுவும் தன்னைப் பாதிக்காத மாதிரி சியாமளா ஜன்னல் விளிம்பில் உட்கார்ந்தபடி தெருப்பக்கம் பார்வையை ஓட்டினாள். வீட்டிற்கு எதிர்த்தாற்போல் தெரிந்த பார்க்கில் செலுலாயிட் பொம்மைகள் போல் கஷ்கு முஷ்கு பஞ்சாபி குழந்தைகள். கைகொட்டி ஆர்ப்பரித்து முத்துப்பல் தெரியக் கடகடவென்று சிரிக்க அவர்கள்கூட வந்த ஆயாக்கள் இந்தச் சந்தோஷத்திற்கும் தமக்கும் ரத்த சம்பந்தமில்லை என்கிற நிரூபணத்தில் சொந்தப் பிரச்சினைக் கூட்டத்தில் லயித்திருந்தார்கள்...

"வளர்த்த கடா மார்பிலே பாய்ந்த கதையாயில்லே இருக்கு. இவளுக்குச் செஞ்சதையெல்லாம் எத்தனை சீக்கிரம் மறந்துட்டா! வெய்யில் குளிருன்னு பார்க்காம இவ ப்ரோக்ராமுக்காக நான் அலைஞ்ச அலைச்சல் கொஞ்சமாவது ஞாபகம் இருந்தா இந்த மாதிரி செய்யத் துணிவாளா?"

சியாமளா அலுப்புடன் எழுந்து வாயிற்கதவைத் திறந்து வெளி வராந்தாவில் நின்றாள். நேற்று அவள் செய்தியைத் தெரிவித்ததிலிருந்து கமலா சுவரைப் பார்த்துக்கொண்டு அல்லது பாத்திரங்களை உருட்டியபடி யாரோ முகம் தெரியாத மூன்றாம் மனிதரிடம் புலம்பிக்கொண்டிருந்தாள். எதற்காவது சியாமளா பதில் சொல்வாள். நாம் மறுபடியும் பாயலாம் என்கிற எதிர்பார்ப்புடன்.

சியாமளா எதற்கும் பதில் சொல்லாமல் சொல்ல வேண்டியதெல்லாம் சொல்லியாகிவிட்டது என்கிற

தீர்மானத்துடன் நடந்துகொண்டாள். சமையலறையில் வழக்கமாகச் செய்யும் வேலைகளைக் காலையில் செய்யச் சென்றபோது கமலா வெகு ஆத்திரத்துடன் வந்தாள்.

"இந்தாடியம்மா மகாராணி. நீ இங்கே ஒரு வேலையும் செய்ய வேண்டியதில்லே. உன் வேலையைப் பார்த்துக்கிட்டுப் போ. நீ செய்யவும் வேண்டாம், அப்புறம் ஊரெல்லாம் போய் தூற்றவும் வேண்டாம்."

இதற்கு மறுப்புச் சொல்ல நினைத்துச் சொன்னால் ஏதும் லாபமில்லை என்கிற உணர்வுடன் அவள் பிறகு சமையல் அறைக்குள் போகாமல் எனக்கும் அழுத்தமாக இருக்கத் தெரியும் என்று பேசாமல் இருந்தாள்.

"நன்றி கெட்டத்தனம்னு இதுக்குத்தான் சொல்வாங்க. பிறந்ததிலேருந்து இந்தக் குணம். இல்லேன்னா எட்டு வயதிலே முன்னே பின்னே தெரியாதவள் என்கூட வர்றியான்னு கூப்பிட்டவுடனே பெத்தவங்களை மறந்து விருக்குனு வண்டியேற எந்தப் பெண்ணுக்குத் தோணும்?"

வராந்தாவிலும் அக்காவின் வார்த்தைகள் ஸ்பெஷலாகக் கேட்டன. சுறுசுறுவென்று கிளம்பிய ஆத்திரத்தை அவள் கஷ்டப்பட்டு அடக்கிக் கொண்டு நின்றாள். அக்கா வந்து கூப்பிட்டவுடன் உயிரையே வைத்திருந்த குஞ்சம்மாவை விட்டுவிட்டு வந்ததுதான் தான் செய்த நன்றி கெட்டதனம் என்கிற உணர்வு அடிவயிற்றிலிருந்து ஒரு துக்கத்தைக் கிளப்பிற்று.

இதுவரையில் தன் வாழ்வில் ஏற்பட்டிருக்கும் திருப்பத்துக்கெல்லாம் அவள் காரணமே இல்லை என்று தோன்றிற்று புலன்களுக்குப் புலப்படாத ஏதோ ஒரு சக்திதான் தன்னைத் தள்ளிக்கொண்டு போகிறது என்று தோன்றியது. இந்தக் கமலாவைப் பின்தொடர்ந்து தான் கிளம்பி வந்ததற்கும் ஒரு தாத்பர்யம் இருக்க வேண்டும்.

மனோகரனைச் சந்திக்க வேண்டும் என்று விதிக்கப்பட்டாலேயேதான் வந்திருக்க வேண்டும். அத்தனை திருப்பங்களும் இந்தச் சங்கமத்துக்காகத்தான் இருக்க வேண்டும். மனோகரன் வந்து திருமணம் செய்துகொள்ள அழைத்துப் போகும்வரை அத்தானின் விவஸ்தை கெட்ட பேச்சைக் கேட்டுக்கொண்டு இருப்பதைத் தவிர வேறு வழியில்லை.

அத்தானின் ஞாபகம் வந்ததும் மறுபடியும் அடிவயிற்றிலிருந்து ஒரு ஜ்வாலை கிளம்பிற்று.

எத்தனை திமிரும் சுயநலமும் இருந்தால் அப்படிப் பேசுவார்!

"கல்யாணம் என்கிறதெல்லாம் இப்ப ஓல்ட் பாஷன்!"

திடீரென்று ஒரு விஷயம் அவளைத் தாக்கிற்று. அக்காவும் அத்தானும் இந்த எண்ணத்தை மனத்தில் வைத்துத்தான் அவளை மனோகரனுடன் பழக அனுமதித்திருக்க வேண்டும். மனோகரனை வருந்தி வருந்தி உபசரித்ததெல்லாம் இதற்காகத்தான் இருக்க வேண்டும். அவள் அவனுடைய கம்பேனியனாக இருந்தால் தங்களுக்கும் ஆதாயம் என்கிற நினைப்பில்! அவள் அதிர்ந்து போனாள். மனிதர்கள் இப்படிக்கூடத் தரம் கெட்டுப்போவார்களா தூ! அவமானமும் ஆத்திரமும் கண்ணில் கோத்து நின்றன.

கார் ஹார்ன் சத்தம் கேட்டு அவள் சரேலென்று நிமிர்ந்து பார்வையைத் திருப்பினாள். அந்த நீல நிற பிரும்மாண்டம் அந்த அகலமில்லாத தெருவை அடைத்தபடி வேகமாக மிதந்து அவர்கள் வீட்டின் முன் நிற்கையில் அவளுள் ஒரு சந்தோஷ ஆரவாரம் பிரவாகமாக எழுந்தது. அந்த செலுலாய்ட் குழந்தைகளின் குதூகலம் மாதிரி.

பின் ஸீட்டிலிருந்து மனோகரன் லாகவமாக இறங்கினான். அவளைப் பார்த்துப் புன்னகைத்து "ஹலோ!" என்றபடி

அவளருகில் வந்து ''எப்படியிருக்கே கண்ணு?'' என்றான் மிக மிருதுவாக.

அவளுக்கு முகம் குப்பென்று சிவந்தது. அந்தக் குரலும் பார்வையும் போதையை ஊட்டின. அனுபவித்தறியாத கற்பனைப் பிரதேசங்களுக்கு அழைத்துச் சென்றன.

என்னவெல்லாமோ பேச வேண்டும் என்று நினைத்துப் பேச வராமல், ''நாளைக்குத்தானே வரதாச் சொன்னீங்க?'' என்றாள்.

''போச்சுடா,'' என்றான் அவன் போலி ஆயாசத்துடன். ''உன்னைப் பார்க்கணுங்கிற ஆவலைக் கட்டுப்படுத்த முடியாமல் பாக்டரி வேலையையெல்லாம் பாதியிலேயே விட்டுவிட்டு வந்திருக்கேன். இந்தக் கேள்வி கேக்கறியே நியாயமா?'' அவள் சிரித்தாள்.

''நீங்க எப்ப வருவீங்கன்னு நானே ஏங்கிக்கிட்டிருக்கேன்... வாங்க.''

அவன் குரலைத் தாழ்த்திக்கேட்டான். ''உள்ளே ஸீன் எப்படியிருக்கு?''

''ரௌத்ர தாண்டவம்!''

''எல்லாம் சமாளிச்சுக்கலாம் வா!''

அவள் புதுத்தென்புடன் உற்சாகமாக அவனைப் பின்தொடர்ந்தாள். அவனைக் கூடத்தில் உட்காரச் சொல்லிவிட்டு, ''கமலா!'' என்று அழைத்தபடி சமையலறை வாயிலில் நின்றாள்.

''ஜெய்ப்பூரிலே உங்களுக்கு ஒண்ணும் வாங்க முடியல்லேன்னு எனக்கு ரொம்ப வருத்தமா இருந்தது. லக்னோவும் பிரசித்தம் நகை வேலைப்பாட்டுக்கு. இது எப்படியிருக்கு, இங்க வந்து பாருங்க!''

மறுநிமிஷம் கமலா கூடத்தில் நின்றாள். ''நீங்க இப்படியெல்லாம் தொந்தரவு செய்துக்கக் கூடாதுன்னு சொன்னேன் இல்லே?'' என்று சாகசமாகப் புன்னகைத்தபடி.

"தொந்தரவுன்னு நினைச்சா அதை நான் செய்ய மாட்டேன். இட் இஸ் மை பிளெஷர்."

அவன் தன்னுடைய கைப்பெட்டியிலிருந்து ஒரு சின்னப் பெட்டியைத் திறந்தான். இரட்டை வட முத்துச் சரத்தில் வைரப் பதக்கம் பளபளத்தது. சியாமளாவுக்குத் திகைப்பேற்பட்டது. இவனிடம் எத்தனைப் பணம் இருக்கும், இப்படி எல்லோருக்கும் வாரி இறைக்க?

நம்ப முடியாத ஆச்சரியமும் பேராசையும் கமலாவின் விழிகளை அகலமாக விரித்திருந்தன.

"பிடிக்கிறதா கமலா?"

"ஓ, ரொம்ப நல்லாயிருக்கு!"

அதைக் கைநீட்டி வாங்கிக்கொண்டு அவசரமாகக் கண்ணாடியின் எதிரில் நின்று மாட்டிக்கொண்டு, "தாங்க்ஸ்!" என்று மனோகரனைப் பார்த்து மையலாகச் சிரிக்கையில் சியாமளாவுக்கு ஒரு அவமானம் மனசை வியாபித்துப் பார்வையைத் தாழ்த்திற்று. தன்னை அவள் அன்று ஏசியதெல்லாம் ஞாபகத்திற்கு வந்தது. இவள் இப்பொழுது மாலையை வாங்கிக் கழுத்தில் மாட்டிக்கொண்டது எந்த நியாயத்தில் சேர்த்தி. கல்யாணமானவள் இன்னொருத்தன் பரிசு கொடுத்தான் என்று விலை பெற்ற நகையை வாங்கி வைத்துக்கொண்டால் அதற்கு என்ன பெயர்?

அவள் அங்கு இருப்பதைக் கவனிக்கவே கவனிக்காமல் கமலா ஒரு சத்தோஷத் துள்ளலுடன் உள்ளே விரைந்தாள். "காப்பி கொண்டு வர்ரேன்!"

மனோகரன் சியாமளாவைப் பார்த்துக் கண்ணைச் சிமிட்டிச் சிரித்தான். அவள் பதிலுக்குச் சிரிக்காமல் தலையைக் குனிந்து கொண்டாள்.

"நீ இதையெல்லாம் கண்டுக்கக் கூடாது."

எப்படி என்று அவளுக்குப் புரியவில்லை. இங்கே தொடர்ந்து இருக்கும் ஒவ்வொரு வினாடியும் ஹிம்சையாக இருக்கும் என்று தோன்றிற்று.

காப்பியை மெல்ல உறிஞ்சியபடியே மனோகரன் சொன்னான்.

"நான் உங்ககிட்ட ஒரு விஷயமாய்ப் பேசணும், கமலா. நடேசன் இல்லையா?"

"தூங்கறார். எழுந்திருக்கிற சமயம்தான். அழைச்சிட்டு வர்ரேன்!"

அவள் திரும்பி வருகிற போதுக்குள் மனோகரன் சியாமளாவின் கரங்களில் குனிந்து தன் அதரங்களைப் பதித்தான். அதன் உஷ்ணம் ரத்த நாளங்களில் ஒரு ஜுர வேகத்தைப் பரப்பிற்று. அவனது அண்மைக்காக அவளது சகலமும் ஏங்க ஆரம்பிக்கையில் அவன் சட்டென்று அவள் கரங்களை விடுவித்தான். கமலாவும் நடேசனும் வரும் சத்தம் கேட்டது.

"வாங்க மனோகரன்!" என்று நிதானமாக நடேசன் அமர்ந்துகொண்டார். "என்னமோ சொல்லணும்னீங்களாமே?"

"ஆமாம். நான் சியாமளியைக் கல்யாணம் செய்துக்க ஆசைப்படறேன். அவளுக்கும் அது சம்மதம்!"

நடேசனின் முகத்தில் வரவழைத்துக் கொண்ட கடுமை தெரிந்தது.

"உங்களுக்கு ஏற்கனவே கல்யாணம் ஆகியிருக்கிறதாக நீங்க சொல்லியிருக்கீங்க!"

"கல்யாணம் என்கிறதைவிட அதை ஒரு விபத்தென்று சொல்லலாம் நடேசன்!" இதுவரைக்கும் என் தலைவிதின்னு பொறுத்துகிட்டிருந்தேன். "சியாமளி மேலே பிரியம் ஏற்பட்டுப் போனப்புறம் அந்த மாதிரி வாழறதுலே ஏதும் அர்த்தமில்லேன்னு தோணிப் போச்சு. நீங்க வேறு யாரையாவது

கல்யாணம் செஞ்சுக்குங்க. நான் குறுக்கே நிக்கமாட்டேன்னு என் ஒய்ஃப் கையெழுத்துப் போட்டுக் கொடுத்துவிட்டாள்.''

நடேசன் ஒரு வினாடி தீர்க்கமாய் பார்த்துப் பிறகு சிரித்தார்.

''அது சட்டப்படி செல்லாது மனோகரன். பொம்பளைங்களை வேணா அப்படிச் சொல்லிச் சமாதானப்படுத்தலாம்.''

''சமாதானத்துக்குச் சொல்லவில்லை, நடேசன், விவாகரத்து செய்யறது சுலபம்னு சொல்றேன்.''

''அப்ப டைவோர்ஸ் பண்ணிட்டு வந்து இங்கே பேசுங்க.''

மனோகரன் சற்று நேரம் பேசாமல் அமர்ந்திருந்தான். சியாமளாவுக்கு அவனுடைய மௌனம் கலவரத்தை ஏற்படுத்திற்று. ''சரி, அப்படியானால்,'' என்று எழுந்து போய் விடுவானோ? விவாகரத்து கிடைக்க இரண்டு வருஷம் ஆகும். பொறுத்திரு என்பானோ? அதுவரை இந்த அல்பங்களுக்கு மத்தியில் இருக்க வேண்டி வருமோ?

''டில்லியிலே சியாமளி பிரபலமாகிட்டு வரா. இப்ப நிறையச் சபாவிலே தானாகவே சான்ஸ் கிடைக்கிறது. இதையெல்லாம் மறந்துட்டு கல்யாணம் செய்துகொண்டு லக்னோவிலே உட்கார்ந்தா அவள் கலை என்ன சார் ஆகும்?''

''உலக மேடையிலே அரங்கேறும்! என் மனைவியா அவளை வெளிநாட்டுக்கு அழைச்சிட்டுப் போவேன்! இன்னும் ரெண்டு மாசத்திலே நான் வர்ல்ட் டூர் போறேன்! அவளுடைய நாட்டியத்தை இன்னும் பிரபலமாக்கணும்னுதான் எனக்கும் ஆசை நடேசன்.''

''இரண்டு மாசத்துலே டைவோர்ஸ் கிடைச்சுடுமா?''

மனோகரன் முகத்தில் கோபத்தின் சாயல் படிந்தது.

''உங்களுக்கு என்மேலே நம்பிக்கையில்லே! தில்லு முல்லும் அல்ப புத்தியும் என்கிட்ட கிடையாது எங்களுடைய

வேகம் உங்களுக்குப் புரியல்லேன்னா அது உங்க குற்றம். நீங்க காதலிச்சதே இல்லேன்னு அர்த்தம். என் மனைவி கையெழுத்தைச் சட்டைப் பாக்கெட்டிலேயே வெச்சிருக்கேன். உங்களுக்கு அப்படியும் நம்பிக்கை வரல்லேன்னா என்னய்யா செய்ய முடியும்?"

"அவங்க சொல்றதைக் கொஞ்சம் நிதானமாத்தான் கேளுங்களேன்." என்று கமலா குழைந்தாள்.

நடேசன் இடித்த புளி மாதிரி உட்கார்ந்திருந்தார்.

மனோகரன் எழுந்தான்.

"நான் சொல்ல வேண்டியதைச் சொல்லிட்டேன் நடேசன். நான் பொறுப்பற்றவன் இல்லை. பெரிய வட்டத்திலே இன்றைக்கு ஒரு முக்கிய புள்ளி. சியாமளாவும் சின்னப் பெண்ணில்லே. நீங்க யோசிச்சு எனக்கு பதில் சொல்லுங்க. கமலா, நான் சியாமளியை வெளியிலே அழைச்சுட்டுப் போறேன்."

அவன் யாருடைய பதிலுக்கும் காத்திராமல் "வா சியாமளி!" என்றான்.

அவள் விருக்கென்று அவன் பின்தொடர்ந்து காரில் அமர்ந்துகொண்டாள். "புத்த ஜயந்தி பார்க்குக்குப் போகலாம். கொஞ்சம் ஏகாந்தமா உன்னோடு பேசணும் போல இருக்கு."

பார்க்கில் ஜன நடமாட்டமே இல்லை. படு ஏகாந்தமாக இருந்தது. ஒரு குல்மொஹர் மரத்தடியில் அதன் ரத்தச் சிவப்புப் பூக்களின் நிழலில் அவர்கள் அமர்ந்தார்கள்.

அவன் அவள் இடையைச் சுற்றித் தன் அருகில் இழுத்துக்கொண்டான்.

"இப்ப சொல். என்ன நடந்தது? உன் அத்தான் ஏன் அப்படிப் பிகு பண்ணுகிறார்?"

அவனுடைய அணைப்பும் அண்மையும் தந்த இதத்தில் அவள் கரைந்து போனாள். முந்தைய நாள் நடந்த வாக்குவாதத்தையும் கடைசியில் நடேசன் சொன்னதையும் விவரிக்கையில் துக்கம் குமுறிக்கொண்டு வந்தது.

"அத்தான் இத்தனை கேவலமாக இருப்பார்னு நான் நினைக்கல்லே."

அவள் திடிரென்று உடைந்து போனவள் போல் அவனுடைய மடியில் முகத்தைப் புதைத்து அழுதாள்.

"எனக்கு இங்கே மூச்சு முட்டுது. என்னை அழைச்சிட்டுப் போயிடுங்க."

அவன் பதிலேதும் சொல்லாமல் அந்தக் குலுங்கும் முதுகை ரவிக்கைக்குக் கீழ் வெளேர் என்று தெரிந்த சிறிய இடையை, சாட்டையாய்ப் புல்லில் நெளிந்த பின்னலை, எந்தவிதப் பிரத்தியேக உணர்வும் இல்லாதவன் போல் பார்த்தபடி அமர்ந்திருந்தான். மென்மையாக அவளை வருடியபடி தன் உஷ்ணமாகிப் போன அதரங்களை அவள் மேல் பதித்தபடி மெல்லிய குரலில் கேட்டான்.

"என் மேலே உனக்கு நம்பிக்கை இருக்கா சியாமளி?"

"இருக்கு!"

"உங்க அத்தான்கிட்டே நான் சொல்றதையெல்லாம் நீ நம்பறியா?"

"நம்பறேன்."

"மீனாட்சியை நான் டைவர்ஸ் பண்ணிடுவேன். ஆனால் கோர்ட் தீர்ப்பு சொல்ல நாளாகும். அதுவரைக்கும் நாம் பொறுமையாயிருக்கிறது சாத்தியமா சியாமளி?"

அவளது நாடி நரம்புகள் எல்லாம் சிலிர்த்துக்கொண்டு நின்றன. மூளை மரத்துப் பார்வைப் போதையில் செருகி அவள் உணர்வுகளின் விளிம்பில் நின்றாள்.

"சீக்கிரம் கல்யாணம் செய்துக்கல்லைன்னா எனக்குப் பித்துப் பிடிச்சுடும் மனோகரன்!"

அவன் சட்டென்று அவளை இறுக அணைத்து அவளது அதரங்களில் தன் அதரங்களைத் தாபத்துடன் பதித்தான்.

"இன்னும் இரண்டு நாளிலே நீ கல்யாணம் செஞ்சுக்க ரெடியா இருப்பியா சியாமளி?"

"இன்றைக்கே நான் ரெடி!"

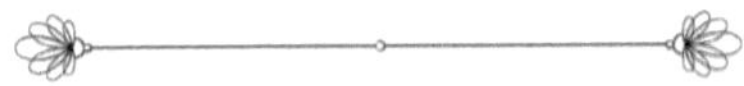

அத்தியாயம் 11

மனோகரன் சியாமளாவின் முகத்தை இரண்டு கைகளாலும் ஏந்தியபடி அவளை யோசனையுடன் பார்த்தான். பார்வையில் லேசான அனுதாபம் தெரிந்தது.

"சியாமளி, எனக்குள்ளே சில சமயம் ஒரு சந்தேகம் எட்டிப் பார்க்கிறது. என்னை மனப்பூர்வமா விரும்பித்தானே கல்யாணம் செய்துக்கறேன்னு சொல்றே? அக்கா அத்தான்கிட்டேயிருந்து விடுதலை கிடைக்கணுங்கற எண்ணத்தினாலே மட்டும் இல்லையே?"

ஒரு வினாடி பதில் ஏதும் சொல்லாமல் மேலே நெருப்புச் சிவப்பாய் படர்ந்திருந்த குல்மொஹர் பூக்களைச் சியாமளா பார்த்தாள். இவன் சந்தேகப்படுகிற அளவுக்கு நாம் குழந்தைந்தனமாகப் பேசிவிட்டோமோ என்று வெட்கமேற்பட்டது. கரைபுரண்டு பொங்க ஆரம்பித்திருந்த வேட்கை சட்டென்று உலுக்கிவிட்டாற்போல் அடங்கிப் போயிற்று.

"அது மட்டும் என் எண்ணமாயிருந்தால் நான் உங்களைக் கல்யாணம் செய்துக்க நிச்சயிக்க மாட்டேன். குஞ்சம்மாகிட்டத் திரும்பப் போயிடலாம்னு நான் தீர்மானம் பண்ணின சமயத்திலேதான் உங்கமேலே எனக்குப் பிரியம் ஏற்பட்டுப் போச்சு. உங்களுக்கு எப்படி சந்தேகம் ஏற்பட்டது மனோகரன்? உங்களைப் பார்த்த உடனேயே நான் மலர்ந்து போறது உங்களுக்குத் தெரியலியா?"

அவன் அவளது கரங்களைத் தன் அதரங்களில் பதித்துக்கொண்டான்.

"சந்தேகம்னு சொல்றதைவிட பயம்னு சொல்லலாம்!"

"எதுக்குப் பயம்?"

அவன் பார்வையை வேறுபக்கம் திருப்பி "ஒண்ணுமில்லே," என்றான்.

"உங்க பணத்தைக் கண்டு எனக்கு மோகமில்லே. குஞ்சம்மாவுக்கப்புறம் நீங்கதான் என் நாட்டியத்தைப் பார்த்து உண்மையா சந்தோஷப்பட்டுப் போனீங்க. என் பேரிலேயும் பிரியம் காட்டறீங்க. இந்த இரண்டும் எனக்கு முக்கியமான விஷயம் மனோகரன்! என் ஆசையை புரிஞ்சுகிட்டவங்களுக்கு நான் உயிரையே கொடுப்பேன்!"

"எனக்கு அது தெரியும் சியாமளி!"

"பின்னே எதுக்கு பயம்?"

அவன் பதில் ஏதும் சொல்லாமல் அவள் கன்னத்தை லேசாகத் தட்டிப் புன்னகைத்து, "சூடுபட்ட பூனையின் கதை தெரியுமா?" என்றபடி எழுந்தான்.

சட்டென்ற ஒரு பரிதாப உணர்வில் அவள் கரைந்து போனாள். அவனுடன் நெருக்கமாக நடந்தபடி அவன் கைகளைத் தன் கையுடன் கோத்துக்கொண்டாள்.

"அந்தச் சூட்டைத் தணிக்கத்தான் நான் வரேன். மனோகரன், சூடு போடற புத்தி எனக்குக் கிடையாது!"

அவர்கள் வீடு திரும்புகையில் மனோகரன் தீவிர யோசனையில் இருந்தான்.

வீட்டிற்குப் போய்ச் சேர்ந்ததும் அதிக நேரத்தை வீணாக்க இஷ்டப்படாதவன் போல் நடேசனிடம் கேட்டான்.

"நடேசன் நான் சொன்னதைப்பத்தி யோசிச்சீங்களா?"

"ஆமாம். கல்யாணம்னு நீங்க செய்துக்கணும்னா டைவோர்ஸ் செய்தப்புறம் வந்து பேசுங்க!"

"நடேசன்! மத்தவங்க உணர்ச்சிகளைப் புரிஞ்சுக்க முடியாத ஒரு நிலையிலே நீங்க உட்கார்ந்து சட்டம் சட்டம்னு பேசறீங்க. எங்க தாத்தாவுக்கு இரண்டு பொண்டாட்டிகள். இரண்டு பேரும் ஒரே வீட்டிலிருந்து குழந்தை குட்டிகளைப் பெத்து சந்தோஷமா வாழ்ந்தாங்க. எந்தச் சட்டமும் குறுக்கே நிற்கல்லே அவங்க சந்தோஷத்துக்கு!"

"அதெல்லாம் அந்தக் காலம்! இப்ப சினிமா நடிகர்கள் இரண்டாம் கல்யாணம் செய்துகிட்டாலும் ஜனங்கள் அக்குவேறா ஆணிவேறா பிய்க்கிறாங்க!"

"வேண்டாத கதையெல்லாம் பேச வேண்டாம், நடேசன்! டைவோர்ஸ் தீர்ப்பாகிறதுக்குக் கொஞ்ச நாள் ஆகும். அதுவரை எங்களால பிரிஞ்சு இருக்க முடியாது. ஒரு கோவிலிலே ஸிம்பிளாய்க் கல்யாணம் செய்துக்கறதுன்னு தீர்மானம் பண்ணியிருக்கேன். கல்யாணமானால் அவளுடைய வரும்படி போயிடும்னு உங்களுக்குக் கவலையாயிருக்கலாம் ஒருவேளை..."

"அதெல்லாம் ஒண்ணுமில்லே. அவள் அப்புறம் திண்டாடக் கூடாது. அதுதான் என் கவலை."

"அந்தக் கவலையே உங்களுக்கு வேண்டாம். நான் உங்க வீட்டுப் பெண்ணைச் சீதனம் கொடுத்து அழைச்சிட்டுப் போறதா இருக்கேன். இந்தாங்க!"

அவன் சட்டைப் பாக்கெட்டிலிருந்து ஒரு செக்கை அவரிடம் நீட்டினான்.

அதை எட்டிப் பார்த்த கமலா குழைந்தாள். "என்னங்க, நீங்க? மனோகரனை நமக்கு எத்தனை நாளாய்ப் பழக்கம்! அவர் நம்ம சியாமளியைத் திண்டாட விட்டுவிடுவாரா? லக்னோ ஒண்ணும் ரொம்பத் தொலைவிலே இல்லே. நமக்குள்ளே போக்குவரத்து இல்லாமலா போயிடும்?"

எத்தனை சுலபமாக இந்த அக்காவின் ராகம் மாறிவிட்டது என்று நினைத்துச் சியாமளாவுக்குச் சிரிப்பும் வெறுப்பும் வந்தன.

நடேசன் தோளைக் குலுக்கிக்கொண்டார். "கூடப் பிறந்தவள் நீயே சொல்லும்போது எனக்கென்ன?"

மனோகரன் ஒரு பெரிய புன்னகை பூத்து, "தாங்க்ஸ் நடேசன், இது ஒரு ஜென்டில்மென்ஸ் அக்ரிமென்ட்." என்று கையை நீட்டி நடேசனின் கையைக் குலுக்கினான்.

"கமலா! ஜவுளி எடுக்க எப்ப போகலாம்?"

"ஜவுளியா? எப்ப கல்யாணம்?"

"இன்னிக்குத் தேதி ஆறு. ஒன்பதாம் தேதி கல்யாணம். எட்டாம் தேதி நான் ஒரு வேலையா ஜம்மு போறேன். அங்கே ரொம்பப் பழமையான கோவில்கள் இருக்கு. அங்கேயே கல்யாணத்தை வெச்சுக்கலாம். நானும் சியாமளியும் அங்கிருந்து காஷ்மீருக்கு ஒருநாள் போய் லக்னோ திரும்புவோம். நீங்க இரண்டு பேரும் ஜம்முவிலேருந்து டில்லி வந்துடுங்க!"

"அடயேப்பா! எல்லாம் பிளான் செய்துகிட்டுத்தான் வந்திருக்கீங்க! முகூர்த்தம் பார்த்தீங்களா?"

மனோகரன் கவர்ச்சியாகச் சிரித்தான். "பார்த்தேன்! நல்ல முகூர்த்தம்தான்!"

சியாமளா மகிழ்ச்சியில் திக்குமுக்காடிப் போனாள். புத்த ஜெயந்தி பார்க்கிலிருந்து திரும்பி வரும் நேரத்தில் இத்தனையும் முடிவு செய்துவிட்ட அவன் சாமர்த்தியத்தை நினைத்து நினைத்து ஓர் இன்ப ஆச்சரியம் ஏற்பட்டது.

"நாளைக்குக் காலையிலே தயாராயிருங்க. ஜவுளி வாங்கப் போகலாம்!"

அவன் கிளம்பிப் போகும்போது அவள் மெல்லிய குரலில் தடுமாறச் சொன்னாள்.

ரல்லிக்கொண்டாள். மீனாட்சியிடம் ஏதோ குறையிருக்க வேண்டும். அவளுக்கு முன்னாள் காதல் விவகாரம் ஏதேனும் இருக்கலாம்...

அடுத்த ஒன்றரை நாட்களில் நேரம் இறக்கை கட்டிக்கொண்டு பறந்தது. புடவை, நகை என்று மனோகரன் வாரி இறைத்த தனத்தைக் கண்டு கமலாவின் விழிகள் பிதுங்கிப் போயின. நால்வர்கள் எட்டாம் தேதி மாலை ஜம்முவிற்கு விமானத்தில் சென்று இறங்கினார்கள். போய் இறங்கியதுமே அவர்களை ஹோட்டலில் இருக்கச் சொல்லிவிட்டுத் தன் அலுவலைக் கவனிக்க மனோகரன் வெளியில் சென்றான். இரவு வெகு நேரம் கழித்து வந்தான்.

"என்ன மாப்பிள்ளை, கல்யாணமானதுக்கப்புறமும் இந்த மாதிரிதான் லேட்டா வருவீங்களா? எங்க பொண்ணுக்குக் கண் முழிச்சுப் பழக்கமில்லே!" என்றாள் கமலா.

"கல்யாண காரியமும் மாப்பிள்ளைதான் கவனிக்கிறார் என்பதை மறந்துட்டீங்களா கமலா?"

படுக்கையில் கவலையுடன் புரண்டு கொண்டிருந்த சியாமளா நிம்மதியுடன் புன்னகைத்தபடி கண்களை மூடிக்கொண்டாள்.

காலையில் வெகு சீக்கிரம் விழிப்பேற்பட்டது. விடிகாலை நேரத்தில் பட்சிகளின் ஆரவாரமும் ஹோட்டல் அறையின் ஜன்னல் வழியே தெரிந்த நெடுமரங்களும் புதிய அழகாய்த் தெரிந்தன.

"சீக்கிரம் குளிச்சிட்டு வா சியாமளி. இப்படி மசமசன்னு கல்யாணப் பொண்ணு நின்னுக்கிட்டிருந்தா எப்படி? தலைப் பின்னிப் பூ வைச்சு விடறேன் வா. மனோகரன் எத்தனை பூ, வரவழைச்சிருக்கார் பார்!"

எதுவுமே நடக்காத மாதிரி சகஜமாகப் பேச ஆரம்பித்துவிட்ட கமலாவின் உள்மனத் திட்டம் என்னவாக இருக்கும் என்று யோசித்தபடி சியாமளா குளியலறைக்குச்

"என்னாலே நம்ப முடியலே!"

"அம் தேதியன்னிக்கு என்ன சொல்றேன்னு பார்
அந்த மாதிரி என்னைப் பார்க்காதே. டிரைவர் இரு
நான் மறந்துடுவேன்!"

மனசு லேசாகிப் போன உற்சாகத்தில் அவள்

அவனுடைய பேச்சும் குறும்புப் பார்வையும்
தாராளமும் நினைக்க நினைக்க அவளுள்
லாகிரியை ஏற்படுத்திற்று. கமலாவும் நடேசனும்
கிசுகிசுப் பேச்சில் மும்முரமாக இருந்தார்கள்.
எத்தனை கறக்கலாம் இந்த அப்பாவி மனிதன்
என்கிற திட்டமாக இருக்கும் என்ற நினைப்பு ஏற
வெறுப்பில் உங்களுடன் நான் இன்னும் சமாதானமாக
என்கிற பாவனையில் தன் அறைக்குச் சென்றாள்.

கண்ணாடிக்கெதிரில் நிற்கையில் முகத்தில் ஒரு
சோபை ஏறியிருப்பது தெரிந்தது. கண்களில் ஒரு அசாத
பிரகாசம் பளபளத்தது. அதரங்கள் மிருதுவாகப்
எதையோ ருசி பார்த்த நாணத்தில் சிவந்திருந்தன.

மதர்த்த மார்பகங்கள் இன்னும் பூரித்திருந்தன. அவ
மேல் ஒரு சாகசத்துடன் அவன் வாங்கிய நெக்
படர்ந்திருந்தது. அவள் ஆசையுடன் அதை வருடி
எப்படிப்பட்ட ஆதர்ச புருஷன் அவன் என்கிற மய
போதையூட்டிற்று. அழகும், அறிவும், பணமும், குண
எத்தனை பேருக்குச் சேர்ந்திருக்கும்? மனசில் அன்பிருந்தா
அதைக் காட்ட எத்தனை பேருக்குத் தெரியும்?

அவளுக்குச் சட்டென்று மனோகரன் முதல் மனை
மீனாட்சியின் நினைவு வந்தது. இப்படிப்பட்ட ஒரு புருஷனுட
அவளால் ஏன் ஒத்துப் போக முடியவில்லை? மனசில் ஏற்பட்
நெருடலை அவள் அவசரமாக ஒதுக்கினாள். இந்த மாதி
யோசனைகளினால் ஏதும் லாபமில்லை என்று தனக்கு

சென்றாள். மனோகரனைப் பார்க்க வேண்டும் என்று மனசு குறுகுறுத்தது. ஆனால் திடீரென்று அவளுள் ஏற்பட்ட கூச்சத்தைக் கண்டு ஆச்சரியமாக இருந்தது.

கமலாவின் பழக்கப்பட்ட கைகள் அவளை விரைவில் அலங்கரித்தன. கண்ணாடியில் தெரிந்த பிம்பத்தின் அழகு அவளையே மயக்கிற்று. கன்னங்கள் ஆழமாகக் குழிந்தன. பார்வை முழுவதும் நிமிராமல் தாழ்ந்திருந்தது. கண்ணாடியில் அறை வாயிலில் வந்து நின்ற மனோகரனின் உருவம் தெரிந்தது. அவள் வியப்புடன் பார்த்தாள். வெண்பட்டு வேஷ்டியும் ஸில்க் ஜிப்பாவும் அணிந்திருந்தான். வசீகரமாகப் புன்னகைத்தான்.

"ரெடியா சியாமளி?"

கூச்சம் நாவை அடக்க அவள் 'உம்' என்றாள்.

"இப்படி உன்னை நீயே பார்த்துக்கிட்டிருந்தா எப்படி? நான் பார்க்க வேண்டாமா?"

அவள் புன்னகையுடன் எழுந்திருந்தாள்.

"நான் வேணுமானால் வெளியிலே போகட்டுமா மாப்பிள்ளை?"

"வேணுமானால் போங்க!"

அவசரமாக வெளியேறும் கமலாவைப் பார்த்து அவளுக்குச் சிரிப்புப் பொத்துக்கொண்டு வந்தது.

மனோகரன் அவள் அருகில் வந்து அவள் இடையைப் பற்றினான்.

"எத்தனை அழகாயிருக்கே சியாமளி! உன்னை இப்ப பார்த்தா தேவியோட சொரூபம் மாதிரி இருக்கு. உன்னைக் கல்யாணம் செய்துக்கக் கொஞ்சம் பயம் கூட ஏற்படுகிறது!"

"இந்த அலங்காரத்துக்குள்ளே இருக்கிறது வெறும் பெண்தான் மனோகரன்!"

நடேசன் உள்ளே வந்தார்.

"மாப்பிள்ளை, நாங்க ரெடி!"

மனோகரன் அவளைப் பார்த்துப் புன்னகைத்தான். "அப்படின்னா சரி, கிளம்பு!"

ஜம்முவின் நெரிசலான தெருக்களைக் கடந்து சற்று ஒதுக்குப்புறமான ஒரு குன்றின் மேல் இருந்த கோவிலின் முன் டாக்ஸி நின்றது.

"இது ரொம்பப் பழமையான ஹிந்து கோவில். கட்டி மூவாயிரம் வருஷங்கள் ஆகியிருக்கும்னு சொல்றாங்க. எனக்கு இது ரொம்பப் பிடித்த இடம். ரொம்ப அபூர்வமான லிங்கம் இங்கே உண்டு..." என்றபடி மனோகரன் கோவிலின் படியேற ஆரம்பித்தான்.

சலவைக்கல் வெளிப் பிரகாரத்தை ஓர் ஆள் கழுவிக் கொண்டிருந்தார். உள்ளே நுழைந்ததும் சியாமளா பிரமித்துப் போனாள். திரும்பிய இடமெல்லாம் ஸ்படிக லிங்கங்கள்- இளம் ரோஜா நிறத்தில், வெளிர் மஞ்சளில், மாசு மருவில்லாத பளபளப்புடன் கண்ணாடியின் தெளிவுடன் லிங்கங்கள். நட்ட நடுவில் ஆளுயர லிங்கம். அதைப் பான்ட் அணிந்த ஒருத்தன் நீராட்டிக் கொண்டிருந்தான்.

"ஒவ்வொரு லிங்கமும் பல லட்சம் பெறுமானமுள்ளது."

கமலா சுற்றும் முற்றும் பார்த்தாள்.

"என்ன இது? எதுவுமே தயாராயில்லையே. எந்த இடத்திலே கல்யாணம் செய்துக்கப் போறீங்க?"

"இதே இடத்திலேதான். நம்ம ஊர் கோவில்லே நடக்கிற மாதிரி இங்கே சம்பிரதாயங்கள் கிடையாது. இங்கே இருக்கிற பூசாரிகிட்டேச் சொல்லியிருக்கேன். மாங்கல்ய தாரண மந்திரம் சொல்லுவார். ஆண்டவனுடைய கர்ப்பக் கிரகத்திலேயே மாலை மாற்றிக் கொள்கிறதை விட விசேஷமானது உண்டா?"

பூசாரி நல்ல வேளையாக வேஷ்டியில் இருந்தார். லிங்கத்திற்குப் பூஜை செய்துவிட்டு, மந்திரங்களைப் புரியாத உச்சரிப்பில் உச்சரித்து மாலை மாற்றிக்கொள்ளச் சொன்னார் மனோகரன் தன் ஜேபிலிருந்த பொன் சரட்டை எடுத்து, சியாமளாவின் கழுத்தில் அணிவித்தான். அவள் பார்த்துப் பழக்கப்பட்ட சம்பிரதாயக் கல்யாணமாக இல்லாவிட்டாலும், சன்னதிக்குள் மாலை மாற்றிக் கொண்டதில் சியாமளிக்குப் பெரிய நெகிழ்ச்சி ஏற்பட்டது. அந்த அபூர்வ லிங்கங்கள் மனத்தில் ஒரு நிறைவைத் தந்தன.

பிராகாரத்தை வலம் வருகையில் மனோகரன் மெள்ளச் சொன்னான்! "கல்யாணம் ரொம்பச் சுருக்கமா முடிஞ்சுப் போன மாதிரி உனக்கிருக்கா, சியாமளி? எனக்கு சம்பிரதாயங்கள்ளே நம்பிக்கையில்லே. முதல் கல்யாணம் சாஸ்திரோக்தமாய்த்தான் செய்துகொண்டேன். ஒருநாள்கூட நிம்மதியில்லே!"

அவள் அழுத்தமாக அவன் கையைப் பிடித்தாள். "எனக்கு நீங்கதான் முக்கியம். சம்பிரதாயங்கள் இல்லே. பிரியம் என்கிற பாஷை ஒண்ணுதான் எனக்குப் புரியும். என் மனசு எவ்வளவு நிர்மலம்னு நான் எப்படித் தெளிவாக்க முடியும்? திறந்துபாத்திங்கன்னா இந்த ஸ்படிக லிங்கம் மாதிரி இருக்கும்!"

"எங்கே காண்பி!" என்று அவன் குறும்புடன் குனிந்தான்.

அவள் முகம் சிவக்க அவன் தலையை நகர்த்தினாள். "அக்காவும் அத்தானும் பார்க்கிறாங்க!"

"அவங்களைச் சீக்கிரம் டில்லிக்கு அனுப்பிடலாம்!"

ஹோட்டலுக்குச் சென்று சாப்பிட்டதும் அவன் நடேசனிடம் இரண்டு விமான டிக்கெட்டுக்களைக் கொடுத்தான்.

"நீங்க இரண்டு பேரும் இன்னிக்கே டில்லிக்குத் திரும்பிடுங்க நடேசன்! நானும் சியாமளியும் ஸ்ரீநகருக்குப்

போய் ஒருநாள் இருந்து நேர டில்லி வழியாய் லக்னோவுக்குப் போயிடுவோம்."

"என்னது? டில்லியிலே வீட்டுக்கு வந்து பாயசம் சாப்பிட வேண்டாமா?"

"இப்ப நேரம் இல்லே கமலா. அடிக்கடி டில்லிக்கு வந்துகொண்டுதான் இருப்பேன். சியாமளியும் வருவாள்."

கமலா சிரித்தாள். "மாப்பிள்ளைக்கு எல்லாத்துக்கும் அவசரம்! சியாமளி, அவர்கிட்ட நீ கொஞ்சம் ஜாக்கிரதையா இருக்கணும்!"

ஒவ்வொரு சங்கேதத்துக்கும் சியாமளியின் முகம் சிவந்தது.

ஸ்ரீநகருக்குப் போய்ச் சேர்ந்ததும் சாமான்களை ஹோட்டலில் வைத்துவிட்டு இருவரும் ஊரைச் சுற்றிப் பார்த்தார்கள். தால் ஏரியில் படகில் சவாரி செய்தார்கள். சொர்க்கத்தை எட்டிவிட்டாற்போல் சியாமளியின் மனம் பறந்தது.

மாலை மயங்கி இருள் விரிந்து ஹோட்டலின் கணப்பின் எதிரே ஒரு எதிர்பார்ப்புடன் உட்கார்ந்திருக்கையில் மனோகரன் கனமான கம்பளிக் கோட்டை அணிந்தபடி எங்கோ கிளம்பினான்.

அவள் மோவாயைப் பிடித்து, "ஸாரி கண்ணு. எனக்கு அவசரமா ஒருத்தரைப் பார்க்கணும். அவர் ராத்திரிதான் டயம் கொடுத்திருக்கார். நான் வரதுக்கு லேட்டானால் நீ சாப்பிட்டுத் தூங்கு!" என்றான்.

அவள் தன் மனத்திலிருந்ததை வெளிப்படுத்தக் கூச்சப்பட்டுக் கொண்டு விடைகொடுத்தாள். சாப்பிடாமல், தூங்காமல், இரவு முழுவதும் காத்திருந்தாள் - குளிரிலும் பயத்திலும் நடுங்கியபடி, அவன் வரவில்லை.

அத்தியாயம் 12

உட்கார்ந்தபடியே லேசாகக் கண்ணயர்ந்த நிலையில் ஏதோ அரவம் கேட்ட உணர்வுடன் அவள் விடுக்கென்று விழித்துக்கொண்டாள். பாத்ரூம் வாயிலில் முகத்தைத் துடைத்தபடி மனோகரன் நின்றுகொண்டிருந்தான். அவளைப் பார்த்து வசீகரமாய்ச் சிரித்தான்.

"என்ன சியாமளி, ரூம் கதவைத் தாழ்ப்பாள் போடாமலே தூங்கிக்கிட்டிருக்கே?"

அவளுக்குச் சட்டென்று ஒரு கோபமும் துக்கமும் துருத்திக்கொண்டு வந்தது. கைக் கெடிகாரம் ஆறு மணியைக் காட்டிற்று. நாலரை மணிவரை அவள் விழித்துக்கொண்டிருந்தது நன்றாக நினைவிருந்தது. பிறகு அசதி மிகுந்து கண்ணயர்ந்திருக்க வேண்டும். இப்படி சாவதானமாக ஒரு கேள்வியை இவன் எப்படிக் கேட்கிறான் என்ற கோபத்துடன் அவள் பதிலேதும் சொல்லாமல், முழங்கால்களைக் கைகளால் கோத்தபடி முகத்தைக் கவிழ்த்துக்கொண்டாள். குனிந்த நிலையில் உடலிலிருந்து மிதந்த ஸெண்டின் மணம் நேற்றைய தாபத்தையும் எதிர்பார்ப்பையும், ஏமாற்றத்தையும் ஞாபகப்படுத்தின. இதையெல்லாம் இவன் உணர்வானா? உணர்ந்தால் இப்படிச் சிரிப்பானா?

"சியாமளி!"

அவன் கை அவள் முதுகின் மேல் அழுத்தமாக அமர்ந்திருந்தது. கோபமான நிலையிலும் அவனுடைய ஸ்பரிசத்திற்கு ஏதோ சக்தி இருந்தது. வெகு சுலபமாக

மனத்தைச் சமாதானம் செய்துவிடும் போல் இருந்தது. அவள் பிடிவாதமாகத் தலைநிமிராமல் இருந்தாள்.

அவன் அவளருகில் அமர்ந்து, "சியாமளிக் கண்ணுக்குக் கோபமா?" என்று கொஞ்சியபடி அவள் முதுகை, இடையை, கழுத்தை, கன்னத்தை வருட ஆரம்பித்தான்.

அது ஏற்படுத்திய கூச்சத்தில் அவள் தலை நிமிர்ந்து அவன் கையை உதறினாள். "ராத்திரி முழுக்க நான் தவிச்ச தவிப்பு உங்களுக்குத் தெரியுமா?"

"தெரியும். ஏன்னா நானும் அதே மாதிரி அங்கே தவிச்சேன். ஆனா அந்த மஹமத் அப்பாஸுக்குப் புரிஞ்சாத்தானே? அவனுக்கு நாலு பெண்டாட்டியாம்! அலுத்துப்போயிட்டான் போல இருக்கு. பிஸினஸ் பேச்சை முடித்து, ட்ரிங்க்ஸ் ஆரம்பித்து அதிலே ஒரு நீந்து நீந்தி சாப்பாடு ஆரம்பிக்கவே ஒரு மணி ஆகிவிட்டது. அதற்கப்புறம் 'நடு ராத்திரியிலே குளிரிலே நீங்க ஹோட்டலுக்கு திரும்பறது நல்லதில்லே'ன்னுட்டான்."

"நான் இங்கே தனியாக் குளிரிலே, முன்பின் தெரியாத புது இடத்திலே கொட்டக் கொட்ட உட்கார்ந்திருக்கிறது நல்லதா?"

"அதான் சொன்னேனே, அந்த மஹமத் அப்பாஸ்..."

அவன் முகத்தில் தெரிந்த குறும்பைக் கண்டு அவளுக்குச் சிரிப்பு வந்தது.

"சரி, உட்காந்ததுதான் உட்காந்தியே, கதவைத் தாழ்ப்பாள் போட்டுக்கிட்டுக் கொட்ட கொட்ட ஏன் உக்காரலே?"

அவள் 'பக்'கென்று சிரித்தாள்.

அவளை நிறுத்திவைத்து அவன் அணைத்துக்கொண்டான்.

"இத பார், நம்ம வாழ்க்கை பூராவும் நம் எதிரே இருக்கும்போது ஒருநாள் போனதினாலே நமக்கென்ன நஷ்டம்? சரி, குளிச்சு ப்ரேக்ஃபாஸ்ட் சாப்பிட்டுக் கிளம்பணும். ரெடியாகு!"

"எங்கே போகணும்?"

"காஷ்மீருக்கு வந்து, ரூமிலேயே யாராவது உட்கார்ந்திருப்பாங்களா? 'குல்மார்க்' என்கிற இடத்துக்குப் போகப் போறோம் இன்னிக்கு. மஹமத் அப்பாஸ் கார் கொடுத்திருக்கான். ஸ்ரீநகரையும் ஒரு சுத்திச் சுத்தி, குல்மார்குக்குப் போய்த் திரும்பினதும் டில்லிக்கு ப்ளேன் பிடிக்கணும்."

லேசான ஏமாற்றத்துடன் அவனை அவள் பார்த்தாள். "என்ன அவசரம் மனோகரன்? இன்னும் நாலு நாள் இங்கே தங்கிட்டு நிதானமாப் போகலாமே?"

"ஸாரி பேபி! என்னுடையது ரொம்ப டைட் ஷெட்யூல். கொஞ்சங்கூடத் தளர்த்த முடியாது. தளர்த்தினா எல்லா ப்ளானும் அப்ஸெட் ஆயிடும். நீ லக்னோவுக்கு வந்து பார்த்தாத்தான் தெரியும். நாம மறுபடியும் காஷ்மீருக்கு வரலாம். அதற்கு நான் ஒரு வருஷம் முந்தியே ப்ளான் செய்தாகணும்."

அவள் திகைப்பும் ஏமாற்றமும் நீங்காமலே குளிக்கச் சென்றாள். வெடவெடத்த குளிருக்கும் தூங்காமல் சோர்ந்திருந்த உடம்புக்கும் கீஸரின் வெந்நீர் இதமாக இருந்தது. அவள் குளித்துவிட்டு வரும்போது மனோகரன் அறையை ஒட்டினாற்போல் இருந்த வராண்டாவில் அமர்ந்து யாருடனோ ஹிந்தியில் பேசிக்கொண்டிருந்தான். அவள் வேகமாக உடை உடுத்திக் கொண்டு தயாரானாள்.

அவன் நடுவில் உள்ளே எட்டிப்பார்த்து, "குல்மார்க் ரொம்பக் குளிரும். ஸ்வெட்டருக்கு மேலே ஷாலும் போட்டுக் கொண்டு வா." என்றான்.

அவள் ஸ்வெட்டரைப் போட்டுக்கொண்டு கையில் சால்வையை மடித்து வைத்துக்கொண்டு வெளியில் வந்தாள்.

பரங்கிப் பழம் மாதிரி ஒருத்தன் வெளியே உட்கார்ந்திருந்தான்.

"இவர்தான் மஹமத் அப்பாஸுடைய தம்பி ஸலீம் அப்பாஸ்," என்று மனோகரன் அறிமுகப்படுத்தினான்.

தனது அகன்ற பெரிய விழிகளாலேயே விழுங்கி விடுபவன் போல் ஸலீம் அப்பாஸ் பார்த்தான்.

"நமஸ்கார். காஷ்மீரத்துப் பெண்கள்தான் ரொம்ப அழகு என்று நாங்கள் பெருமைப்பட்டுக் கொள்வோம். தென்னிந்தியப் பெண்களும் இத்தனை அழகு என்று எனக்குத் தெரியாது!"

இந்தியில் இன்னும் சரளமாகப் பேசவராத தயக்கத்திலும் அவனது வெளிப்படையான பாராட்டு ஏற்படுத்திய கூச்சத்திலும் அவள் லேசாகப் புன்னகைத்து, "நமஸ்கார்," என்றாள்.

"இத்தனை அழகான 'குடியா'வை விட்டுவிட்டு நேற்று அங்கே வர உங்களுக்கு எப்படி மனசு வந்தது மனோகரன் ஸாப்?"

மனோகரன் சிரித்துக்கொண்டு எழுந்தான். "என்னைத் தகராரில் மாட்டி வைக்காதே ஸலீம்! இன்றைக்கு முழுவதும் அவளுடன்தான். நாங்கள் கிளம்புகிறோம். நேரமாகிவிட்டது!"

ஸலீம் ஆர்ப்பாட்டமாக எழுந்தான். "நான் உங்கள் குறுக்கே நிற்கவில்லை. கிளம்புங்கள்."

பிறகு கண்ணைச் சிமிட்டி, "ஏக்தம் படியாமல் பாய் ஸாப்! ஸோனேக்சீ சிடியா!" என்றான்.

"இவன் என்ன சொல்கிறான்?"

"அவன் ஏதாவது உளறுவான், நீ வா!" மனோகரன் அவள் கையைப் பற்றி இழுத்துக் காரில் உட்கார்த்தி வைத்தான்.

"ஹாவ் எ குட் டைம்," என்று கையசைத்தபடி ஸலீம் தன்னுடைய மோட்டார் சைக்கிளில் கிளம்பினான். கார் கிளம்பி வெகுநேரத்துக்கு மனோகரன் எதுவுமே பேசவில்லை. தண்ணென்ற குளிரும் ரம்யமான வெளிப்புறக் காட்சிகளும் காய்த்துக் குலுங்கும் ஆப்பிள் மரங்களும் மனோகரனின்

அண்மை ஏற்படுத்திய கிளுகிளுப்பும் எல்லாமாகச் சேர்ந்த உல்லாசமான மனநிலையில் சியாமளா மனோகரனின் அருகில் நெருங்கி உட்கார்ந்தாள். அப்பொழுதுதான் அவள் இருப்பதை உணர்ந்தவன் போல் அவன் அவளைப் பார்த்துப் புன்னகைத்து அவளது இடையைப் பற்றித் தன்னருகில் இழுத்துக்கொண்டான்.

"ஸோனேக்ஸீ சிடியான்னா என்ன?" அவன் எதிரில் விரிந்திருந்த ரோடைப் பார்த்தபடி பதில் சொன்னான்! "தங்கப் பட்சின்னு அர்த்தம்!"

"அவன் அப்படிச் சொன்னது உங்களுக்குப் பிடிக்கல்லேன்னு நினைக்கிறேன்."

அவன் ஒரு வினாடி திகைத்துப் பிறகு தன்னைச் சமாளித்துக்கொண்டு லேசாகச் சிரித்தபடி சொன்னான்: "ஆமாம். பெண்டாட்டியைப் போய் பட்சின்னு ஒருத்தன் சொன்னா யாருக்கு ரசிக்கும்?"

அவளுக்கு அவனுடைய கோபம் வினோதமான பெருமிதத்தை ஏற்படுத்திற்று. சிரிப்பு வந்தது.

"நீ எப்பவும் என்கூட இருக்கணுங்கறதுக்காக அவசரமா கல்யாணம் செய்துகொண்டிருக்கேன். அவன் பட்சின்னு வர்ணிக்கிறான். பட்சி பறந்தில்ல போயிடும்?"

அவள் வாய்விட்டுச் சிரித்தாள். செல்லமாக அவன் மூக்கைத் திருகினாள். "தங்கப் பட்சி பறந்து போயிடாது மனோகரன். விட்டுத் தள்ளுங்க. ஆனா எனக்கு அவன் பார்வை பிடிக்கல்லே."

"எனக்கும்!"

அவன் சொன்ன வேகம் அவளுக்கு லேசாக ஆச்சரியத்தை ஏற்படுத்திற்று. திடீரென்று குஞ்சம்மாவின் நினைவு வந்தது. அவளுடைய வார்த்தைகள் ஞாபகத்தில் சுரீரென்று அடித்தன. மனத்தைச் சஞ்சலப்படுத்தின. கூடவே

ஒரு சின்ன நெருடல் ஏற்பட்டது. பெற்ற பெண்ணைப் போல் வளர்த்த குஞ்சம்மாவுக்கு மனோகரன் மேல் தனக்கேற்பட்ட ஈடுபாட்டைத் தெரிவிக்கவில்லை. திருமணத்தைப் பற்றித் தெரிவிக்கவில்லை. ஏன் இந்தத் தயக்கம் தனக்கு என்று அவளுக்குத் திகைப்பாக இருந்தது. தன் முடிவைக் குஞ்சம்மா ஏற்றுக்கொள்வாளோ என்கிற பயம் எட்டிப்பார்த்துக் கொண்டேயிருந்தது.

"உன் நாட்டியத்துக்குத் தடங்கல் சொல்லாதவனா இருந்தாலொழிய நீ யாரையும் கல்யாணம் செய்துக்கக் கூடாது!"

ஓ, மனோகரன் எத்தனை பெரிய கலா ரசிகன் என்று தெரிந்தால் குஞ்சம்மாள் சமாதானமாகிப் போவாள். என்னுடைய நாட்டியத்தின் வளர்ச்சியே இனிமேல்தான் ஆரம்பமாகப் போகிறது.

குல்மார்க்கின் அழகில் அவள் சொக்கிப் போனாள். மனோகரன் அவளைச் செல்லக் குழந்தையைப் போல் நடத்தினான்.

பத்துப் பன்னிரண்டு வயதுச் சிறுவர்கள் சின்னச் சின்னக் குதிரைகளைப் பிடித்தபடி அவர்களைச் சூழ்ந்துகொண்டார்கள்.

"ராணி ஸாஹிபா, 'போனி ரைட்' வாருங்கள்! என் குதிரை உங்களைச் சுகமாக ஏற்றிச் செல்லும்!"

"என் குதிரை உங்களுக்காகக் காத்திருக்கிறது ஜனாப். உங்கள் அழகுக்கு ஏற்ற குதிரை என்னுடையது தான் ஜனாப்!"

அவள் கலகலவென்று சிரித்தாள்.

"எத்தனை சாமர்த்தியமாகப் பேசறாங்க!"

"இந்தச் சின்னப் போக்கிரிகள் பேச்சில் உனக்கு உச்சி. குளிர்ந்து போச்சா? சரி வா. ஏறு!"

அவள் குதூகலத்துடன் ஏறினாள்.

அவனும் இன்னொரு குதிரை மேல் ஏறினான். பழக்கமில்லாத சவாரி அவளுக்குப் பயத்தை அளித்தது. "ஏய் பையா, உன் குதிரைச் சவாரி அப்படி ஒன்றும் சுகமாக இல்லை!"

"இத்தனை அழகான பெண் தன் மேல் உட்கார்ந்ததில் என் குதிரைக்குத் தலைகால் புரியவில்லை!"

அவள் வியப்புடன் சிறுவனைப் பார்த்தாள்.

"ஏ சியாமளி, அது சின்னப் பையன் இல்லே, கோட்டான்! நீ இறங்கு. உன்னைக் கடத்திட்டுப் போயிடப் போறான்!"

அவள் கலகலவென்று சின்னப் பெண் போல் சிரித்தாள். அரை மணி சவாரிக்குப் பிறகு முதுகு விண்டு போயிற்று.

இரண்டு மலைத் தொடருக்கு இடையே அந்தரத்தில் மின்சார 'சேர் காரில்' அமர்ந்து சென்றபோது அத்தமான பயத்துடன் அவனை இறுக அணைத்துக் கொண்டு, 'திடீர்னு கரண்ட் நின்னுபோச்சுன்னா?' 'திடீர்னு கம்பி அறுந்துப் போச்சுன்னா?' போன்ற கேள்விகளைக் கேட்பதில் இதுவரை அனுபவித்திராத ஆனந்தம் ஏற்பட்டது.

எல்லா இடங்களையும் சுற்றிப் பார்த்து முடிப்பதற்குள் உடம்பு ஓய்ந்துபோய்விட்டது. குளிர் அதிகமாகத் தெரிந்தது. அவர்கள் அங்கிருந்த டீக்கடை ஒன்றில் டீ அருந்தினார்கள். டீக்கடையில் அமர்ந்திருந்த ஒருத்தர் நேராக அவள் எதிரில் வந்து நின்றார்.

"நீங்கள் மிஸ் சியாமளா இல்லே?"

அவள் கூச்சமும் திகைப்புமாக, "ஆமாம்," என்றாள்.

"உங்கள் டான்ஸை நான் மிகவும் ரசிப்பேன். உங்களுடைய நெக்ஸ்ட் புரோக்ராம் எப்போது?"

"இன்னும் நிச்சயமாகல்லே, இவர்தான் என் ஹஸ்பெண்ட் மனோகரன்." என்று அவள் அறிமுகப்படுத்தினாள்.

மனோகரன் மரியாதைக்காக அவசரமாகக் கையைக் குலுக்கி, "ஹல்லோ," என்றுவிட்டு, "சியாமளா. நேரமாச்சு!" என்றான்.

அவள் அந்தப் புதியவரைப் பார்த்து, "கிளம்பறோம். ரொம்பத் தாங்க்ஸ்," என்றாள்.

காரில் வந்து அமர்ந்தபோது மனசு இறக்கை கட்டிக்கொண்டு பறந்தது.

"குல்மார்க்கில் ஒரு விசிறியைப் பார்ப்பேன்னு நினைக்கல்லே!" என்றாள்.

"டான்ஸை ரசிச்சானோ வேறு எதை ரசிச்சானோ?"

சுருக்கென்று தாக்கப்பட்டவள் போல் அவள் அவனை நிமிர்ந்து பார்த்தாள். "நீங்க சொல்றது எனக்குப் புரியல்லே!"

"டான்ஸ் ரசிகன்னு சொல்லிக்கொண்டு வரவன்கிட்டேயெல்லாம் மகிழ்த்து போய் நீ பேசிடக் கூடாது. டான்ஸைப் பார்க்க வர்ற பாதிப் பேர் கண்ணுக்கு உன் உடம்புதான் முதல்லே படும், அப்புறம்தான் கலை. இதை நீ ஞாபகம் வெச்சுக்கோ!"

அவள் அதிர்ந்து போய் முகத்தை வேறு பக்கம் திருப்பிக்கொண்டாள் இதே வார்த்தைகளைக் குஞ்சம்மா சொன்னபோது ஏற்படாத அதிர்ச்சி இப்பொழுது ஏன் ஏற்படுகிறது? காரணம் புரியாமல் கண்களில் நீர் கோத்து நின்றது.

"நான் இந்தக் கோணத்திலே நினைச்சே பாக்கறதில்லே மனோகரன்! நான் மத்தப் பாதிப் பேருக்காகத்தான் ஆடறேன். தெய்வ சன்னிதானத்திலே நிக்கற மாதிரி நினைச்சுக்கறேன்!"

மனோகரன் அவளைத் தன் அருகில் இழுத்து அணைத்துக்கொண்டான். "உன் எண்ணத்தைப்பத்தி எனக்கு எந்தவிதமான சந்தேகமும் இல்லே கண்ணு!"

வெகுநேரத்துக்கு மனசில் ஒரு சலனம் இருந்தது. அவனுடைய அணைப்பிலும் கொஞ்சல் வார்த்தைகளிலும் மெல்லச் சமாதானமாகிப்போயிற்று. அன்று அலைந்த அலைச்சலில் ஸ்ரீநகரிலிருந்து டில்லிப் போய்ச் சேருவதற்குள் உடம்பு ஒரேயடியாய் அசந்து போயிற்று.

"எப்படா படுக்கப் போறோம்ன்னு இருக்கு!"

"லக்னோவுக்குப் போய்ச் சேர்ந்ததும் நேரே படுக்கைக்குத்தான்!"

காரணம் புரியாத கூச்சத்தில் அவள் முகம் சிவந்து போயிற்று. லக்னோ விமான நிலையத்துக்கு அவனுடைய கார் வந்திருந்தது. அவளைப் பார்த்து எந்த ஆச்சரியத்தையும் காண்பிக்காமல் டிரைவர் காரின் கதவைத் திறந்துவிட்டான்.

ஒரு பெரிய மாளிகையின் முன் வண்டி நின்றது. அதன் பிரும்மாண்டமும் கும்மென்றிருந்த நிசப்தமும் வாயே திறக்காமல் மெளனப் பார்வை பார்த்த வேலைக்காரர்களின் இறுக்கமும் அவளுள் ஒரு கலவரத்தை எழுப்பின.

அத்தியாயம் 13

"வா!"

மனோகரனின் சுருக்கமான அழைப்பைத் தொடர்ந்து அவள் தயக்கத்துடன் உள்ளே சென்றாள். வீடு உள்ளே இன்னும் பெரிசாகத் தெரிந்தது. அறைகளின் எண்ணிக்கைக்குக் கணக்கே இராது போல் பிரமிப்பை ஏற்படுத்திற்று.

மனோகரன் ஒரு பெரிய அறைக்குள் சென்று விளக்கேற்றினான். ஆட்கள் மௌனமாக அவனைப் பின்தொடர்ந்து அவளுடைய சாமான்களை வைத்தார்கள்.

"ஏதாவது சாப்பிட வேணுமா சியாமளி?"

"வேண்டாம்!"

நின்றுகொண்டிருந்த ஆட்களை அனுப்பிவிட்டு மனோகரன் கதவைத் தாழ்ப்பாள் போட்டான்.

"டிரெஸ்ஸை மாத்திட்டுப் படுக்க வேண்டியதுதான்." என்று சொல்லியபடி அங்கிருந்த அலமாரியைத் திறந்து மாற்றுடை எடுத்துக்கொண்டு குளியலறைக்குள் நுழைந்தான்.

சியாமளா திகைப்பு நீங்காமலே தன்னைச் சுற்றிப் பார்த்தாள். அறையின் ஜோடனையும் சாமான்களும் திரைச்சீலைகளும் மிக உயர்ந்த ரகமாகத் தெரிந்தன. இது வீடு என்கிற எண்ணம் ஏற்படவில்லை. காஷ்மீரில் அவர்கள் தங்கிய ஐந்து நட்சத்திர ஓட்டலைத்தான் இதுவும் நினைவு படுத்தியது கட்டிலை ஒட்டினாற்போல் அழைப்பு மணியும் பெக் டேபிளின் மேல் டெலிபோனும் கண்ணாடி ஜாடியில் நீரும் இருந்தன. ஓசைப்படுத்தாமல் இயங்கும் ஏர்கண்டிஷனர்.

அறை முழுவதும் தரையே தெரியாமல் விரிப்பு. இது வீடுதானா என்று அவளுக்கு சந்தேகம் வந்தது. நைட் ஸூட்டில் மனோகரன் குளியலறையிலிருந்து வெளியில் வந்தான்.

"நீ ட்ரெஸ் மாற்றிக்கலையா சியாமளி?"

"இதோ!"

அவள் பரபரப்புடன் புதிதாக வாங்கியிருந்த மெல்லிய நைட் கவுனை எடுத்துக்கொண்டு குளியலறைக்குச் சென்றாள். குளியலறையின் அழகு பரவசப்படுத்திற்று. ஆளுயரக் கண்ணாடியும் சலவைக்கல் சுவரும் தரையும் இளநீல வண்ண பாத்தப்பும்... அங்கிருந்த அலமாரியில் வாசனை திரவியங்களும் ஷாம்பூவும் பௌடரும் ஏராளமாய் இருந்தன. அவை அவளுள் ஒரு லாகிரியை ஏற்படுத்தின. அவள் டப்பில் உட்கார்ந்து அலுப்புத் தீரக் குளித்து வாசனைப் பவுடரைப் பூசி நைட் கவுனை அணிந்து அந்த ஆளுயரக் கண்ணாடியில் தன்னைப் பார்த்துக் கொண்டபோது மனசில் புதிய கற்பனைத் தேர்கள் நின்றன. புரியாத பார்த்திராத பிரதேசங்களுக்கு அழைத்துச் சென்றன. அவை ஓடிய வேகத்தில் மூச்சுத் திணறி, கன்னங்களில் செம்மை ஏறிப் பார்வையை மையல் மறைத்தது.

ஈரம் பளபளத்த உதடுகளில் ஒரு வெட்கப் புன்னகையுடன் அவள் குளியலறையைத் திறந்துகொண்டு உள்ளே வந்தாள். அறையில் சின்ன நைட் பல்ப் எரிந்துகொண்டிருந்தது. கட்டிலை நெருங்கியதும் ஒரு பெரிய ஏமாற்றம் அவளை ஆட்கொண்டது. மனோகரன் ஆழ்ந்து தூங்கிக் கொண்டிருந்தான். அவன் அருகில் ஒரு பிளாஸ்டிக் போர்டில் வார்த்தைகள்.

"டோன்ட் டிஸ்டர்ப்!"

அவள் திகைப்பும் ஏமாற்றமுமாகப் பார்த்தாள். புதிதாகக் கல்யாணம் செய்துகொண்டு வந்த எந்த ஆண் இப்படி நடந்துகொள்வான் என்று ஆச்சரியமாக இருந்தது.

'மஹமத் அப்பாஸுக்கு நாலு பெண்டாட்டி. அதனாலே அவன் அலுத்துப் போயிட்டான் போலிருக்கு!'

இவனும் அலுத்துப் போய்விட்டானா? எப்படி? இவனுக்கிருப்பது ஒரு மனைவிதானே? அவளுடனும் சுமுகமான உறவேயில்லை எவ்வளவோ வருஷங்களாய் என்று சொல்லியிருக்கிறானே? இதுநாள் வரை அவளிடம் அவன் செய்த சரச சல்லாபங்களும் கொஞ்சிய வார்த்தைகளும் அலுப்படைந்தவனின் செயல்களாகத் தெரியவில்லையே...

டோன்ட் டிஸ்டர்ப்...

அதைப் பார்க்கையில் இப்பொழுது சிரிப்பு வந்தது. கூடவே ஒரு அனுதாபம் எழுந்தது. ஓ, இவனுக்கு ரொம்பக் களைப்பாக இருக்க வேண்டும். தூக்கமின்மையும் அலைச்சலும் அசத்திவிட்டிருக்க வேண்டும். பெரிய தொழிலதிபன்... இன்றைக்கு ஓய்வு எடுக்காவிட்டால் நாளைய வேலையைக் கவனிக்க இவனால் முடியாது.

அவன் தலையைக் கோதிவிட வேண்டும் போல் இருந்தது. நெற்றிக்கருகில் கையைக் கொண்டுபோன போது அந்தப் போர்டு கண்ணில் பட்டது. அவள் சரேலென்று கையை இழுத்துக்கொண்டாள் தனக்குள் புன்னகைத்தபடி.

நாமும் தூங்க வேண்டியதுதான் என்று கண்களை மூடிக்கொண்டாள். புதிய இடமும் பக்கத்தில் அவன் படுத்திருந்ததும் அவளுக்குள் தோன்றிய தனிமையும் தூக்கத்தை நெருங்கவிடாமல் அடித்தன. மீனாட்சியின் நினைவு திரும்பத் திரும்ப வந்தது. இத்தனை பெரிய மாளிகையில் அவள் எந்தப் பக்கம் இருப்பாள்? அவளால் எப்படித் தனிமையில் இருக்க முடிகிறது? பிடிக்காத கணவனுடன் தொடர்ந்து இத்தனை பெரிய இடத்தில் இருக்க வேண்டுமானால் அதற்குக் காரணம் இருக்க வேண்டும். இத்தனை செல்வத்தை விட்டுப் போக மனசில்லாமல் இருக்கலாம். அல்லது அவளுக்குப் போக்கிடம் இல்லாமல் இருக்கலாம். விவாகரத்தான பிறகு அவள் எங்கே

போவாள்? அது ஆகிறவரை நானும் அவளும் ஒரே வீட்டில் எப்படிச் சேர்ந்திருக்கப் போகிறோம்?

மனச்சோர்வும் உடற்சோர்வும் சேர்ந்து சியாமளா தூங்கிப்போனாள்.

காலையில் கண் விழித்தபோது மனோகரன் வெளியில் கிளம்பத் தயாராகிக் கொண்டிருந்தது தெரிந்தது. மிகவும் நேரமாகி விட்டிருக்க வேண்டும் என்கிற பதைப்புடன் அவள் கட்டிலைவிட்டுக் கீழே இறங்கினாள். மனோகரன் அவளை நிமிர்ந்து பார்த்துப் புருவங்களை உயரத் தூக்கி லேசாக விசிலடித்தான். அவள் கூச்சத்துடன் புன்னகைத்தாள். "நான் நேத்து குளிச்சிட்டு வர்றதுக்குள்ளே நீங்கள் தூங்கிப்போயிட்டீங்க!"

"மடையன் நான்!" என்று அவன் விளையாட்டாகத் தலையில் அடித்துக் கொண்டான்.

நேற்றைய ஏமாற்றமெல்லாம் மறந்து அவள் சிரித்தாள்.

அவன் ஷூ லேஸை வேகமாகக் கட்டியபடியே சொன்னான்.

"நான் தூங்கிப் போனதும் நல்லது தான். இல்லையானால் இப்போது சீக்கிரம் எழுந்து வேலைக்கு ஓட முடியாது!"

அவள் மணியைப் பார்த்தாள். ஏழே கால்.

"இத்தனை சீக்கிரமாகவா கிளம்பிடுவீங்க?"

"ஏழரைக்குக் கிளம்புவேன். நீ பல் தேய்க்கிற வழக்கமுண்டா? இப்ப காப்பிப் பலகாரம் வந்துடும்!"

அவள் மறுபடி சிரித்துக் குளியலறைக்கு விரைந்தாள்.

அவன் கதவருகில் வந்து, "அங்கேயே ஹவுஸ் கோட் இருக்கும் பார். அதை மேலே மாட்டிக்கொண்டு வா." என்றான்.

அவள் அதைப் போட்டுக்கொண்டு வெளியில் வந்த போது மேஜைமேல் பலகாரமும் காப்பியும் தயாராக இருந்தன.

இது என்ன வீடா ஓட்டலா என்று கேட்க நினைத்து மனோகரனின் முகத்தில் தெரிந்த தீவிர யோசனையைப் பார்த்துப் பேசாமல் அவனுடன் சேர்ந்து சாப்பிட ஆரம்பித்தாள். திடீரென்று அவனுக்கும் அவளுக்கும் இடையே நிறையத் தொலைவு ஏற்பட்டுப்போனாற்போல் இருந்தது. இதுவரை அவளுக்குப் பழக்கப்பட்ட உல்லாசப் புருஷனுக்கும் இந்தத் தீவிர யோசனைக்காரனுக்கும் நிறைய வித்தியாசம் இருந்தது.

அவள் தயக்கத்துடன் நேற்று இரவிலிருந்து துருத்திக் கொண்டிருந்த கேள்வியைக் கேட்டாள்.

"அவங்க இந்த வீட்டிலேதான் இருக்காங்களா?"

"யாரு?"

"மீனாட்சி. மீனாட்சி அக்கா..."

"ஆமாம். அவள் முக்கால்வாசி நேரம் தன் அறையிலேயே இருப்பாள்; தியானம் பூஜைன்னு, அவள் ஒரு பூஜைப் பைத்தியம்!"

அவளை நேரிடையாகப் பார்க்காமல் அவசரமாகக் கிளம்பியபடியே மனோகரன் சொன்னான்.

"அவளை நீ பார்க்க வேண்டிய அவசியமும் அவசரமும் இப்போது இல்லை."

அவளைப் பார்த்துச் சற்று முகபாவத்தை இறக்கி, "ஏதாவது புஸ்தகம் படித்துக்கொண்டிரு. ரெஸ்ட் எடுத்துக்கொள். சாப்பாடு ரூமுக்கே வரும். நீ அலைய வேண்டாம். நான் ராத்திரிதான் வருவேன். நிறைய வேலை இருக்கிறது." என்று அவள் கன்னத்தை லேசாகத் தட்டிவிட்டுச் சென்றான். உரிமையுடன் வாசல்வரை சென்று வழியனுப்ப ஏதோ ஒரு கூச்சமும் அவன் அவளை நடத்திய விதம் ஏற்படுத்திய தயக்கமும் தடுத்தன.

இனம்புரியாத ஓர் ஏமாற்றம் அவளை ஆட்கொண்டது. அவன் இரவு வரும் வரை இந்த நான்கு சுவர்களைப்

பார்த்துக்கொண்டு உட்கார்ந்திருப்பது எப்படிச் சாத்தியம் என்று திகைப்பேற்பட்டது.

'நீ அவளைப் பார்க்க வேண்டிய அவசியமில்லே.' அவசியமிருக்கிறதோ இல்லையோ பார்க்காமல் இருப்பது எப்படி சாத்தியம்?

அவள் தன் துணிகளைக் கசக்கிக் குளித்துவிட்டு குளியலறையிலேயே அவைகளைக் காயப்போட்டாள். சற்று நேரம் அறையிலிருந்த பத்திரிகைகளைப் படித்த பிறகு அலுத்துப் போய் அறையை விட்டு மெல்ல வெளியே வந்தாள்.

வீடு கும்மென்று நிசப்தமாக இருந்தது. அறையை ஒட்டினாற்போல் சணல் பாய் விரித்த நீளமான ரேழி இருந்தது. வெளியில் போகும் வழி எது என்று தெரியாத நிலையில் அவள் நீள நடந்தாள். ரேழியை ஒட்டினாற்போல் பெரிய பெரிய அறைகள். எதிலும் மனித நடமாட்டம் தெரியவில்லை.

மையத்தில் பிரதான கூடமாகத் தெரிந்த ஒரு கூடத்துக்கு வந்ததும் அவள் நின்றாள். அறையின் கலை ரசனை மிகுந்த அலங்காரம் பிரமிப்பை ஏற்படுத்திற்று. மிக மென்மையான ஒரு நறுமணம் அறையை வியாபித்தது. பெரிய சுவர்களில் பெரிய ஓவியங்கள் கம்பீரமாகச் சாய்ந்திருந்தன. கீதோபதேசம் கண்ணைக் கட்டி நிறுத்திற்று. தனிமையாக நின்ற ஒரு மூலை ஜன்னல் பக்கத்திலிருந்த ஓர் ஓவியத்தால் ஈர்க்கப்பட்டு அவள் அருகில் சென்றாள். கெஜ்ஜை கட்டிய இரண்டு பாதங்கள் - நாட்டிய முத்திரையில். அதைப் பார்க்கப் பார்க்க அவளுள் ஒரு பரவசம் பொங்கிற்று. யார் இத்தனை தத்ரூபமாக வரைந்திருப்பார்கள்? நிஜக் கால்களைப் பார்க்கிற மாதிரி. மிகப் பழக்கப்பட்ட பாதங்களைப் பார்க்கிற மாதிரி அவளுள் பிரமையேற்பட்டது.

"உங்களுக்கு யாரைப் பார்க்கணும்?"

அவள் திடுக்கிட்டுத் திரும்பிப் பார்த்தாள்.

நெற்றியில் பட்டையாய் விபூதியும் வேட்டி அரைக்கை சட்டையின் மேல் ஒரு துண்டுமாக ஒரு ஆள் நின்றிருந்தான். அவன் பார்வையில் தெரிந்த கடுமையைக் கண்டு அவள் அரண்டுபோனாள். மற்ற ஆட்கள் மாதிரி இந்தியில் பேசாமல் இவன் தமிழில் பேசிய சமாதானத்தில் அவள் தன்னைச் சமாளித்துக்கொண்டு புன்னகைத்து, "வெளியிலே, தோட்டத்துக்குப் போகிற வழி தெரியவில்லை." என்றாள்.

"தோட்டத்துக்கு எதற்குப் போகணும்?"

அவளுக்கு லேசாகக் கோபம் வந்தது. எஜமானனும் எஜமானியும் சுமுகமாக இல்லாத நிலையில் இங்கு வேலைக்காரர்கள் வைத்ததுதான் சட்டமாக இருக்கவேண்டும் என்று தோன்றிற்று.

"கொஞ்சம் சுற்றிப் பார்க்கத்தான். பின்னே தோட்டத்துக்கு எதற்குப் போவாங்க?"

"என் பின்னாலே வாங்க." என்றான் அவன் கடுமை மாறாமல்.

"ஆனால் பூ எதையும் பறிக்கக் கூடாது."

அவளுக்குச் சுரீரென்று எரிச்சல் ஏற்பட்டது. இவன் நம்மை யார் என்று நினைத்துவிட்டான்?

அவள் தன் ஆத்திரத்தை அடக்கிக்கொண்டு அவன் பின்னால் நடந்தாள். மறுபடியும் அறைகள்... அறைகள்... அவள் முடிந்தவரை பார்வையைச் சுழலவிட்டாள். மீனாட்சி இருக்கும் சுவடே தெரியவில்லை.

அவள் சரேலென்று நின்றாள்.

"ஈசனடி போற்றி... நேயத்தே நின்ற நிமலனடி போற்றி..."

தேனாய் உருகி வந்தது ஒரு சன்னமான குரல். சோகமா, பக்தியா, காருண்யமா என்று புரியாத ஏதோ ஒன்று அதில் கலந்து இழைந்து வந்தது.

மேலே நடக்க முடியாமல் அவள் நிற்பதைக்கண்டு கூட வந்தவன் பக்கத்தில் சற்று ஒருகளித்தாற்போல் இருந்த கதவை மிகப் பவ்யமாக ஓசைப்படுத்தாமல் சாத்தி அவளை 'மேல நட' என்று மௌனமாகச் சாடை காண்பித்தான்.

அவள் மேலே நடந்துகொண்டே தன் ஆவலைக் கட்டுப்படுத்த முடியாமல் அவனை மெல்லக் கேட்டாள்.

"யார் அது பாடறது?"

இதற்கு பதில் சொல்ல வேண்டியது அவசியமில்லை என்று நினைத்தவன் போல் அவன் பதிலே பேசாமல் விடுவிடுவென்று நடந்தான்.

இந்தத் திமிர் பிடித்தவனுடன் இனிப் பேச்சே வைத்துக்கொள்ளக் கூடாது என்கிற வைராக்கியத்துடன் அவள் மேற்கொண்டு எதுவும் பேசாமல் நடந்தாள். அவன் ஒரு கதவைத் திறந்து, "இதோ இப்படித்தான் தோட்டத்துக்குப் போகணும். சீக்கிரமாப் பார்த்துட்டு உங்க ரூமுக்குப் போயிருங்க," என்றான்.

அவள் தன் கோபத்தைக் காண்பிக்காமல் பதிலும் சொல்லாமல் தோட்டத்துக்குள் நடக்க ஆரம்பித்தாள். மனோகரன் இவர்களிடமெல்லாம் தன்னுடைய புதிய உறவைப் பற்றிச் சொல்லவில்லை என்று தோன்றிற்று. அவள் உண்மையில் யார் என்று தெரிந்தபிறகு இதே ஆள் சலாம் போட்டுக்கொண்டு வருவான்...

தோட்டம், பல ஏக்கராக்கள் இருக்கும்போல் இருந்தது. விதவிதமான நிறங்களில் ரோஜாக்கள், வாசனை மலர்கள், மல்லிப் புதர்கள்.

'பூவெல்லாம் பறிக்கக் கூடாது!'

அவளுக்குச் சிரிப்பு வந்தது. குழந்தைக்குச் சொல்கிற மாதிரி என்ன அதட்டல் அது? பூவைப் பறித்ததற்கான அடையாளம் இருந்தது.

'அவள் ஒரு பூஜைப் பைத்தியம்!'

பூஜைக்கு மட்டும் தான் இவை பறிக்கப்படுகிறதா? மீண்டும் அந்தக் குரலின் இனிமை ஞாபகத்திற்கு வந்தது.

அது மீனாட்சியாகத்தான் இருக்க வேண்டும். அவள் மனத்தில் இருந்த கற்பனை உருவத்திற்கும் அந்தக் குரலுக்கும் சம்பந்தமேயில்லாமல் எங்கோ பிசிறடித்தது. அவள் ஏதோ ஒரு வகையில் பித்தாகத்தான் இருக்க வேண்டும்.

கணவன் ஊரிலிருந்து வந்திருக்கிறான் என்கிற பிரக்ஞை கூட இல்லாத சாமிப் பித்து. அதனால் தான் மனோகரனுக்கு இவளிடம் ஒட்டவில்லை... ஆணாக இருந்திருந்தால் சாமியாராகப் போயிருப்பாள் – இப்பொழுது திருமண பந்தத்திலிருந்து. அதனால்தான் சுலபமாகக் கழன்று கொள்கிறேன் என்கிறாள் இவள்.

தோட்டத்துக்குள் நுழைந்து வெகுநேரமாகிவிட்டது என்கிற நினைப்பும் மறுபடி அந்த ஆள் ஓர் அதட்டல் போடுவதற்குள் அறைக்குத் திரும்பிவிட வேண்டும் என்கிற எண்ணம் எழுகையில் ஒரு விஷயம் தாக்கிற்று. கல்யாணமாகிப் புருஷனின் வீட்டிற்கு வந்திருப்பவள் அவனுடைய தோட்டத்திற்குள் உலாவக் கூட வேலைக்காரனின் அனுமதி பெற வேண்டிய நிலை எத்தனை அசம்பாவிதமானது! ஒரு விருந்தாளிக்குக் கொடுக்கக்கூடிய மரியாதையைக் கூட அல்லவா இங்கே காணோம்?

அவள் கவனம் கலைந்தது. தோட்டத்துக்கு ஒதுக்குப்புறமான நிழற் பகுதியில் பர்ணசாலை மாதிரி கூரை வேய்ந்த அறை தெரிந்தது. வெட்டி வேர்த் தட்டியின் மணம் கம்மென்று வந்தது. திறந்த வாயில் வழியாக அவள் மெல்ல எட்டிப்பார்த்தாள்.

தோகை விரித்த மாதிரி இடுப்புக்குக் கீழ் இறங்கிய கூந்தலுடன் ஓவியம் வரைந்து கொண்டிருந்தாள் ஒரு பெண். அவளுடைய முதுகுப்புறம் தான் தெரிந்தது.

அத்தியாயம் 14

அந்தக் கூந்தலின் கருமையையும் பளபளப்பையும் பார்த்துச் சியாமளி சொக்கிப்போனாள். அந்தப் பெண் ஆழ்ந்த கவனத்துடன் வரைந்து கொண்டிருந்தாள். பின்னால் யாரோ வேகமாக நடந்து வரும் சப்தம் கேட்டது.

சியாமளா சட்டென்று திரும்பிப் பார்த்தாள். அந்தத் தமிழ் பேசும் ஆளின் முகத்தில் இப்பொழுது அதிகமான கடுமை தெரிந்தது. அருகில் வந்து அவன் மெல்லிய குரலில் அதட்டினான்.

"இங்கே என்ன பார்வை? நீங்க உங்க ரூமுக்குப் போங்க!"

அவன் அதட்டிய விதம் அவளுக்கு மிதமிஞ்சிய கோபத்தை ஏற்படுத்திற்று.

"இதோ பார். நான் இதுவரை ரொம்பப் பொறுமையா இருந்திருக்கேன். தெருவிலே போகிறவளைப் பார்த்து அதட்டற மாதிரி இல்லே என்னை அதட்டறே? நான் யாருன்னு நினைச்சுக்கிட்டு இந்த மாதிரி கண்காணிக்கிறே?"

அவள் பேசுவது உள்ளே இருப்பவளுக்குக் காதில் விழுந்துவிடும் என்று பயந்தவன் போல் அவன் குரலை இன்னும் தணித்து. "சரி. மன்னிச்சுக்குங்க. தயவுசெய்து நீங்க உங்க ரூமுக்குப் போங்க!" என்றான்.

எஜமானியம்மாளுக்கு எப்படிப்பட்ட மெய்க்காப்பாளன் இவன் என்று சியாமளாவிற்கு வியப்பாக இருந்தது. இவனது பாதுகாப்பு அதீதமானது என்கிற எண்ணம் ஏற்படுத்திய எரிச்சலில் அவள் தன் அறைக்குச் செல்லத் திரும்பினாள்.

"சங்கரா! யார் அங்கே?"

உள்ளிருந்து வந்த குரல் கேட்டு அவள் நின்றாள்.

சங்கரன் மறுபடியும் மௌன பாஷையில் 'நீ மேலே நட' என்று சைகை காண்பித்து உள்பக்கம் பார்த்து, "யாருமில்லேம்மா." என்றபடி சியாமளா போகிறாளா என்று கண்காணிக்கிறவன் மாதிரி அறைவாசலில் நின்றான். மேலும் நின்றால் ஏதாவது அசம்பாவிதமான வார்த்தைகள் கேட்டு அவமானப்பட வேண்டியிருக்குமோ என்கிற பயத்தில், இந்த மாதிரி ஒரு நிலைமையைச் சற்றும் எதிர்பார்த்திராத அதிர்ச்சியில் அவள் திரும்பிப் பார்க்காமல் விடுவிடுவென்று நடந்தாள். இரண்டு நாட்களாகக் காரணம் புரியாமல் முணுமுணுத்துக் கொண்டிருந்த ஓர் ஏமாற்றமும் இந்த தருணத்து அவமானமும் துக்கமாகச் சுருண்டு எழுந்தது. அறையை அடைந்து கதவைச் சாத்திப் படுக்கையில் படுத்தபோது மனசில் புதிய குழப்பம் ஏற்பட்டது.

மனோகரனுடைய பேச்சிலிருந்து மீனாட்சிக்கு இந்த வீட்டில் அதிக முக்கியத்துவம் இல்லை என்று தான் புரிந்துகொண்டது எவ்வளவு தவறானது என்று தோன்றிற்று. இன்னும் நேருக்கு நேர் பார்க்கவே பார்க்காத அந்த மீனாட்சிதான் இந்த வீட்டின் ஒவ்வொரு மூலையையும் ஆக்கிரமிக்கிறாள் என்று மெலிதாகத் தோன்ற ஆரம்பித்தது. வேலைக்காரர்கள் அந்த மீனாட்சியின் கட்டளைக்காகக் காத்திருக்கிறார்கள், அவளை யாரும் எந்த விதத்திலும் தொந்தரவு செய்யக் கூடாது என்று அதி கவனமாக இருக்கிறார்கள்.

ஏன்?

அவளிடம் அவர்களுக்கு அசாத்திய மரியாதையும் மதிப்பும் இருக்க வேண்டும்.

'ஒண்ணுமில்லேம்மா!' என்ற சங்கரனின் அவசர வார்த்தைகளில் ஒரு கரிசனம் தொனித்தது - அவளை எதிலிருந்தோ பாதுகாக்க விரும்பிய மாதிரி. அவேளே ஒரு

சித்திரம் மாதிரி நின்று ஓவியம் தீட்டிக்கொண்டிருந்த காட்சி சியாமளாவுக்கு நினைவுக்கு வந்தது.

'என் மனைவி ரசனையே இல்லாதவள்!' அத்தனை இனிமையான குரலும், அற்புதமான ஓவியம் வரையும் கையும் உடையவளா ரசனையற்றவள்? அவனால் எப்படி அப்படி ஓர் அப்பட்டமான பொய்யைச் சொல்ல முடிந்தது? அவளுக்கு அவனிடம் ஈடுபாடு இல்லாத காரணத்தால் ஏற்பட்டுப் போன பிளவு அப்படி அவனைப் பேச வைக்கிறதோ?

'அவள் ஒரு பூஜைப் பைத்தியம்!'

அதையும் அலட்சியமாகச் சொல்கிறான்! எதற்குப் பூஜை செய்கிறாள்? யாருக்காக வேண்டுகிறாள்?

'உன்னை நான் கல்யாணம் செய்துக்க மீனாட்சி சம்மதப்பட்டுக் கையெழுத்துப் போட்டுக் கொடுத்திட்டாள். நமக்குக் குறுக்கே நிற்கமாட்டாள். டைவோர்ஸுக்குக் காத்திருக்கிறாள்!' என்று சொன்னவன் தன்னை ஏன் பகிரங்கமாக யாருக்கும் அறிமுகம் செய்யாமல் ஹோட்டலில் ரகசியமாக உட்கார்த்தி வைக்கிற மாதிரி அறைக்குள்ளேயே இரு என்கிறான்?

சியாமளாவுக்கு யோசிக்க யோகிக்கக் குழப்பமும் கலவரமும் அதிகரித்தன. மனோகரனைப் பற்றித் தவறாக நினைக்க மனம் கூசிற்று. அவன் நிச்சயம் மோசமானவனாக இருக்க முடியாது என்று அவள் தனக்குள் சொல்லிக் கொண்டாள். விவாகரத்து ஆகிறவரை காத்திருக்க வேண்டும் என்று நினைக்கிறானோ?

கதவு தட்டப்படும் ஓசை கேட்டு அவள் தன்னை நிதானித்துக்கொண்டு எழுந்தாள்.

சாப்பாடு டிரேயை ஏந்தியபடி ஆள் வெளியே நின்றான். அவளிடம் எதுவுமே பேசாமல் மேஜைமேல் வைத்துவிட்டுச் சென்றான். அவள் சாப்பிடப் பிடிக்காமல் ஜன்னலருகில் சென்று திரையை விலக்கிப் பார்த்தாள். தோட்டத்துச் செடி

கொடிகளையெல்லாம் தாண்டிப் பார்வை அலைந்து அந்தக் கூரை வேய்ந்த கட்டிடத்தில் நின்றது. ஓவியம் வரைவதற்கென்று மீனாட்சி தனியாக இடம் அமைத்துக்கொண்டிருக்க வேண்டும். இந்த மாளிகையில் இல்லாத ஏகாந்தமா? கரிய பளபளத்த கூந்தல் நினைவில் நின்றது. மனோகரன் அவள் மனத்தில் தோற்றுவித்திருந்த உருவத்துக்கும் நிஜத்திற்கும் நிறைய வித்தியாசம் இருக்கும் என்று தோன்றிற்று. அவளைப் பார்த்துவிட வேண்டும் என்கிற வேகம் நிமிஷத்துக்கு நிமிஷம் அதிகரித்தது.

கதவு லேசாகத் தட்டப்பட்டுத் திறக்கப்படும் ஓசை கேட்டது. அவள் திடுக்கிட்டுத் திரும்பினாள்.

சாப்பாடு கொண்டு வந்த ஆள், அவளைப் பார்த்துப் பிறகு சாப்பாட்டு டிரேயைப் பார்த்து முகத்தை லேசாகச் சுளித்து. "இன்னும் நீங்கள் சாப்பிடவில்லையா?" என்றான் ஹிந்தியில்.

அவள் ஆத்திரத்துடன் சாப்பிட உட்கார்ந்தாள். நல்ல விதரணையாக, நேர்த்தியான சாப்பாடு. சாப்பிட்டு முடித்து அவள் ஒரு புத்தகத்துடன் உட்கார்ந்ததும் அந்த ஆள் மறுபடி வந்து மெளனமாகத் தட்டை எடுத்துக் கொண்டு போனான். சற்று நேரத்தில் வீடு சர்வ நிசப்தமாகிப் போயிற்று. தோட்டத்தில் பட்சிகளின் சத்தம்கூட இல்லை. அவள் தன்னைக் கட்டுப்படுத்திக் கொள்ள இயலாமல் எழுந்து ஓசைப்படுத்தாமல் கதவைத் திறந்து அறைக்கு. வெளியில் வந்தாள்.

வீடு ஆள் அரவமே இல்லாமல் பயங்கர நிசப்தத்துடன் இருந்தது. மத்தியான வெய்யிலுக்காக மூடப்பட்ட திரைச் சீலைகளினால் லேசான இருள் சூழ்ந்திருந்தது.

அவள் சத்தமில்லாமல் நீள நடந்தாள். ஒவ்வொரு. அறையாக ஜாக்கிரதையாகக் கவனித்தபடி நடுக்கூடத்தை நோக்கி நடந்தாள். ஓவியங்களின் முன் தன்னையறியாமல் கட்டுண்டவள் போல் நின்றாள். ஒவ்வொரு சித்திரத்திலும் இருந்த ஜீவனும் அழுத்தமும் நம்ப முடியாததாக இருந்தன...

காவியம் மாதிரி இருந்தது. அவள் மறுபடி ஈர்க்கப்பட்டவளாய்த் தனியாக நின்ற அந்த ஓவியத்தின் அருகில் சென்றாள்.

சலங்கை கட்டிய பாதங்கள். நேரில் நிற்கும் பாதங்கள் போல் – கணுக்கால் தசைகளின் மெல்லிய சுருக்கங்களும் எதிரும் புதிருமாக ஓடும் பச்சை நரம்புகளும் சலங்கைகளும் எத்தனை தத்ரூபம்! தனக்கு மிகப் பழக்கப்பட்ட பாதங்கள் போல் அவளுக்கு பிரமையேற்பட்டது.

காரின் ஹாரனும் தொடர்ந்து காம்பவுண்டுக்குள் வண்டி நுழையும் சத்தமும் கேட்டு அவள் திரைச் சீலையை அவசரமாக நகர்த்திப் பார்த்தாள். மனோகரனின் கார் நுழைந்து கொண்டிருந்தது. சட்டென்று ஒரு நிம்மதியும் சந்தோஷமும் மனத்தில் துள்ளின.

ஆனால் அவன் வெகுநேரத்துக்கு அறைக்கு வரவில்லை. மீனாட்சியுடன் பேச்சுவார்த்தையே இல்லை என்றவன் இந்த வீட்டிற்குள் நுழைந்து இங்கேயும் வராமல் வேறு எங்கே சென்றிருப்பான் என்று குழம்பிக் கொண்டு உட்கார்ந்திருக்கையில் தன் எண்ண ஓட்டத்தைக் கண்டு லேசாக வெட்கமேற்பட்டது. எப்படி நாட்டியமே மூச்சாயிருந்தவள், ஒரு சராசரிப் பெண்ணைப் போல் பாமரத்தனமான யோசனைகளில், பயங்களில் உழல ஆரம்பித்துவிட்டோம்! ஒரு வாரமாக நாட்டியப் பயிற்சியே செய்யவில்லை என்று ஞாபகம் வந்தது. இதுவரை ஒரு நாள்கூடத் தவறாமல் செய்து வந்த காரியம் தவறிப்போன பிரக்ஞைகூட இல்லாமல் எப்படி இருந்தோம் என்று ஆச்சரியமேற்பட்டது. இனிமேல் வீணான யோசனைகளில் குழப்பாமல், கண்ணுக்கே தென்படாமல் வசிக்கும் மீனாட்சியைப் பற்றின யோசனையில் உழலாமல், கைவசம் இருக்கும் நேரத்தைத் தனக்குச் சாதகமாக்கிக் கொள்வதுதான் புத்திசாலித்தனம் என்று தோன்றிற்று... அடுத்த மாதம் வெளிநாட்டுப் புரோக்ராம் இருக்கும் என்று மனோகரன் சொன்னது நினைவுக்கு வந்தது. அந்த நினைவு

கிளம்பிய தெம்பில் எழுந்து கையுடன் கொண்டு வந்திருந்த டேப்புக்களை ஆராய ஆரம்பித்தாள். வர்ணங்களும், பதங்களும், தில்லானாக்களும் அந்த ஜடப் பொருள்களில் அமர்ந்து கையை நெருடுகையில் மேனிசிலிர்த்துப் போயிற்று. நாடி நரம்புகள் எல்லாம் புதிதாக உயிர் பெற்ற மாதிரி துடித்தன. 'ர ஸாகர சயன...' அப்பா! எத்தனை நாட்கள் ஆகிவிட்டன ஆடி... அவள் பாட்டை மெல்லிய குரலில் பாடி, பிருக்காக்களில் ஒன்றி, கால் கட்டை விரலால் தாளம் போடுகையில் மனோகரன் கதவைத் திறந்துகொண்டு உள்ளே நுழைந்தான். அவள் உற்சாகத்துடன் எழுந்தாள்.

"உங்கள் கார் வர்ற சத்தம் அப்பவே கேட்டது. இவ்வளவு நேரம் எங்கே இருந்தீங்க?"

"ஆபீஸ் ரூமிலே இருந்தேன். முக்கியமான ஒரு ஃபைல் வேண்டியிருந்தது. என்ன செய்யறே?"

"டான்ஸ் ஆடி ஒரு வாரத்துக்கு மேலே ஆச்சு. இங்கே பொழுது போகாமல் உட்கார்ந்திருக்கேன். பிராக்டிஸாவது செய்யலாமேன்னு டேப்பை எடுத்திட்டிருந்தேன்."

மனோகரன் பதிலேதும் சொல்லாமல் ஏதோ யோசனையுடன் நின்றான்.

"மனோகரன், ப்ரோக்ராம் ஏதோ ஏற்பாடு பண்ணப் போறதாச் சொன்னீங்களே...!"

"எனக்கு அதுக்கெல்லாம் நேரம் இப்ப இல்லே சியாமளி. எனக்கு மறந்தே போய்விட்டது!"

"வெளிநாட்டுக்குப் போகணும்ன்னு சொன்னீங்களே. அதைப்பத்தியாவது தீர்மானம் ஆகியிருக்கா?"

"இல்லே. இந்தியாவை விட்டுக் கிளம்ப முடியாத அளவுக்கு வேலை இருக்கு. அதனாலே வெளிநாட்டுக்கு இப்ப போக முடியாது."

"அப்ப இங்கேயே எந்த ஊர்லேயாவது ஏற்பாடு பண்ணுங்களேன். எனக்கு மேடையிலே ஆடினால்தான் உற்சாகமா இருக்கும்."

மனோகரன் கிளம்புவதற்குத் தயாராகக் கதவருகில் சென்றான். "ஆகட்டும், பார்க்கலாம். நான் இப்பக் கிளம்பறேன். வேலையிருக்கு." கதவைத் திறந்தபடி அவன் மெல்லிய குரலில் சொன்னான். "சலங்கையைக் கட்டிக்காமல் பிராக்டிஸ் பண்ணு. வேலைக்காரங்க எட்டிப் பார்த்தால் எனக்குப் பிடிக்காது!"

அவள் திடுக்கிட்டுச் சரேலென்று அவனைத் திரும்பிப் பார்த்தாள். "கதவைச் சாத்திக்கிட்டு..."

அவன் அதற்குள் போய்விட்டிருந்தான். அவளுக்கு ஆச்சரியமாக இருந்தது அவனுடைய பேச்சு.

சலங்கையைக் கட்டிக் கொள்ளாமல் எப்படி ஆடுவது?

கதவை சாத்திக்கொண்டு திரைச் சீலைகளை போட்டுவிட்டு ஆடினால் யார் பார்க்கப் போகிறார்கள்? ஆனால் இவனை நம்பி இந்த வீட்டிற்குள் நுழைந்த பிறகு அவன் வார்த்தைக்குக் கட்டுப்பட வேண்டிய கட்டாயத்தை உணர்ந்து அவள் தன்னை நிதானப்படுத்திக் கொண்டாள். டேப்பைச் சுழலவிட்டு, பைரவி வர்ணத்தைச் சலங்கையில்லாமல் ஆடும்போது ஆதாரமில்லாமல் ஆடுகிற மாதிரி, ஜீவன் அற்றுப்போன மாதிரி இருந்தது. அது ஏற்படுத்திய மனச் சோர்வில் அவள் வெகுசீக்கிரம் ஆயாசப்பட்டு ஆட்டத்தை நிறுத்தினாள்.

இத்தனை பெரிய வீட்டில், அக்காவின் வீட்டில் அனுபவித்த சுதந்திரம்கூட இருக்காதோ? இது எந்த மாதிரி சிறைவாசம்? இந்த வீட்டில் உண்மையில் நான் யார்?

மனோகரன் அன்று இரவு ஒன்பதரை மணிக்கு வந்த போது அவளுக்குத் துக்கம் கட்டுக்கடங்காமல் வந்தது. "என்னை எத்தனை நாளைக்கு இப்படிக் கைதி மாதிரி வெச்சிருக்கப் போறீங்க?" என்று வாய் விட்டுக் கேட்டுவிட்டாள்.

அவன் பார்வையில் மிக லேசாக எரிச்சல் கோடிட்டது. அவன் அதைச் சாமர்த்தியமாக மறைத்துப் புன்னகைத்தான்.

"கைதியா? உனக்கு இந்த ரெஸ்ட்டும் வேளாவேளைக்குப் புஷ்டியான ஆகாரமும் ரொம்ப அவசியம்னு இல்லே நான் நினைச்சேன்?"

"எனக்கு அலுத்துப் போச்சு. வீட்டுக்குள்ளேகூடக் காலை வீசி நடக்க முடியல்லே. எங்கே போனாலும் ஆட்கள் பின்னாடியே வந்து கண்காணிக்கிறாங்க. நீங்களும் காலையிலே போனால் ராத்திரி வர்றீங்க. கல்யாணத்துக்கு முந்தி உங்களைப் பார்த்த அளவுகூட இப்பப் பார்க்க முடியல்லே!"

அவன் சட்டென்று அவளைத் தன் பக்கமாகத் திருப்பி வசீகரமாகச் சிரித்தான்.

"வந்து... கொஞ்சம் நீ பொறுத்திருக்கணும் சியாமளி. கொஞ்ச நாளிலே எல்லாம் சரியாய்ப் போய்விடும். உன்னைப் பார்க்க அடிக்கடி டில்லிக்கு வர நேரமில்லே என்கிற காரணத்தாலே தான் உன்னைச் சீக்கிரமா இங்கே அழைத்துக்கொண்டு வந்தேன். நினைச்சால் பார்க்கலாம் பாரு! இப்ப ரொம்ப வேலை. கண்ணு. ஆடிட்டர்ஸ் வராங்க..."

அவன் குனிந்து அவள் கன்னங்களைக் கைகளில் ஏந்தித், தன் அதரங்களை அவளதில் பதித்தான். அந்தக் கணத்தில் மனத்தில் முளைத்திருந்த அனுமானங்களும் பயங்களும் கரைந்து அவளைப் பலவீனமாக்கின. அவன் சட்டென்று, விலகி, "சாப்பிடலாம். ரொம்பப் பசிக்கிறது..." என்றான்.

சாப்பாடு முடிந்து அவள் படுப்பதற்காக உடை மாற்றிக்கொண்டு வந்த போது அவன் மேஜையருகில் உட்கார்ந்திருந்தான் ஃஃபலில் மூழ்கியபடி. அவள் பின்புறமாகச் சென்று அவன் கழுத்தை அணைத்துக்கொண்டாள்.

"என்ன வேலை இப்பவும்?"

அவன் மெள்ள அவள் கையை விலக்கினான். "ப்ளீஸ், என்னைத் தொந்தரவு செய்யாதே. நாளைக்குக் காலையிலே நான் கல்கத்தாவுக்குப் போகனும். அதுக்குள்ளே வேலையை முடிக்கனும்."

சட்டென்று அவள் புன்னகை மறைந்தது.

"ஓ! எப்ப வருவீங்க?"

"இரண்டு நாள் ஆகும்."

"ஐயோ!"

அவன் அவளை ஒரு வினாடி மேலும் கீழுமாகப் பார்த்து விசுவாமித்திரர் மாதிரி முகத்தைத் திருப்பிக்கொண்டான். "ப்ளீஸ், இந்த மாதிரி என் எதிரிலே நிற்காதே. தவம் கலைஞ்சிடும்!"

அவனுடைய சாகசத்தில் மனத்தில் எழுப்பிய ஏமாற்றம் வடிந்து போனவளாய் அவள் தன்னை மறந்து சிரித்தபடி படுக்கப்போனாள்.

மறுநாள் காலை அவள் எழுந்திருக்கும் முன் அவன் கிளம்பிப் போயிருந்தான். மறுபடியும் மனத்தை ஆக்கிரமித்த சோர்வை நாட்டியமாடித்தான் போக்க வேண்டும் என்கிற உறுதியுடன் குளித்த பிறகு மனோகரன் இல்லை என்கிற தைரியத்தில் சலங்கையைக் கால்களில் கட்டிக்கொண்டாள். ஜன்னல் திரைச்சீலைகளை மூடி, கதவைச் சாத்தி ஆட ஆரம்பித்தாள்.

தன்னை மறந்து ஆட்டத்தில் ஒன்றி, பாவயாமியின் தண்டகாரண்யத்தில் உருகி நிற்கையில் கதவின் குமிழ் திருகப்பட்டுக் கதவு திறக்கப்பட்டது.

திறந்த இடைவெளியில் - அவள் நின்றிருந்தாள். சியாமளாவைப் பார்த்த பார்வையில் அதிர்ச்சி தெரிந்தது. வாய் திறந்து "நீயா?" என்றது.

அத்தியாயம் 15

நின்றவளைப் பார்த்து ஒரு வினாடி சியாமளாவுக்கு நம்ப முடியாத திகைப்பு ஏற்பட்டது.

இவளா?

மீனாட்சி சரேலென்று வெளியேறினாள். சியாமளா சலங்கைக் கால்களுடனேயே அவளைப் பின்தொடர, மீனாட்சி வேகமாக ஓட ஆரம்பித்தாள்.

"மீனாட்சி! மீனாட்சி!"

சியாமளாவின் குரலில் அதிர்ச்சியும் பதைப்பும் அதிகரித்தது. ஓர் இனம் புரியாத துக்கம் கிளம்பித் தொண்டையை அடைத்தது.

மீனாட்சி திரும்பியே பார்க்காமல் வெகுவேகமாகச் சென்று ஓர் அறைக்குள் புகுந்து கதவைச் சாத்திக்கொண்டாள்.

உணர்ச்சிவசப்பட்டுப் போனதால் மேல்மூச்சு கீழ்மூச்சு வாங்க சியாமளா கதவைத் தட்டினாள்.

"மீனாட்சி, தயவுசெய்து கதவைத் திற! உன்னோடு பேசணும் மீனாட்சி!"

மீனாட்சியிடமிருந்து பதிலே இல்லை. கதவை ஒரு கையாலாகாத்தனத்துடன் சியாமளா தட்டுகையில் சங்கரனும் இன்னும் இரண்டு மூன்று ஆட்களும் ஓடி வந்தார்கள். சங்கரன் முகத்தில் அப்பட்டமான கோபம் தெரிந்தது.

"என்னம்மா இது கலாட்டா? உங்களோட பெரிய பேஜாராப் போச்சு!"

அவன் சொன்னதே காதில் விழாமல் அவள் நின்றாள்; மனதில் ஏற்பட்ட அதிர்ச்சியிலிருந்து மீள முடியாதவள் போல்.

"என்னம்மா, நான் சொல்றது காதிலே விழல்லே? நீங்க உங்க ரூமுக்குப் போங்க."

"எனக்கு அவங்களைப் பார்க்கணும்பா. அவசியமாப் பார்க்கணும்."

"அவங்க யாரையும் பார்க்கமாட்டாங்க. நீங்க போங்க."

இவனை மீறிக்கொண்டு தன்னால் ஏதும் செய்ய முடியாது. என்கிற உணர்வுடன் அவள் மிதமிஞ்சிய சோர்வுடன் தன் அறைக்குச் சென்றாள்.

எத்தகைய அதிர்ச்சி இது!

மீனாட்சி - குஞ்சம்மாவின் நாட்டியப் பள்ளியில் நடனம் கற்றுக்கொண்டவள். சியாமளாவுடன் வாடி போடி என்று உரிமையுடன் சின்னச் சின்ன ரகசியங்கள் பேசியவள். அவளுடைய கல்யாணம் நடந்து நாலைந்து வருஷங்களே ஆகியிருக்க வேண்டும். அவள் திருமண அழைப்பிதழைக் கொண்டு வந்து மருதோன்றி விரல்களுடன் வெட்கம் கலந்த புன்னகையுடன் நீட்டியது இன்னமும் பசுமையாக நினைவிருக்கிறது. எத்தனை சந்தோஷத்துடன் திருமணச் செய்தியைச் சொன்னாள்! பின் என்ன நேர்ந்துவிட்டது இத்தனை சுருக்கில்? மனோகரன் இவளைப் பற்றி விட்டேற்றியாகப் பேசுகிற அளவுக்கு இவளிடம் என்ன குறையைக் கண்டான்? எத்தனை அழகு அவள்! எத்தனை குணம்! அவள் அதிர்ந்தோ யாரையும் புண்படுத்தியோ பேசி அவள் பார்த்ததில்லை. பாட்டிலும் நாட்டியத்திலும் எத்தனை ஞானம் அவளுக்கு!

'என் மனைவி ஒரு ரசனையற்றவள். எனக்கு அந்த வகையிலே அதிர்ஷ்டமில்லே!'

குபீரென்று அவளுள் ஓர் ஆத்திரம் கிளம்பிற்று. இதைவிட அப்பட்டமான பொய் வேறு எதுவும் இருக்க முடியாது.

ஏன்? ஏன் அப்படிப்பட்ட ஒரு மட்டமான அபிப்பிராயத்தை அவளுள் ஏற்படுத்தினான்? அவனுடைய வலையில் அவள் விழவா? எதற்காக அந்த வலை?

'உன்னை வேர்ல்ட் ஃபேமஸ் ஆக்கறேன் சியாமளி?'

சியாமளா கைகளினால் முகத்தை மூடிக்கொண்டாள். ஓ! எத்தனை பெரிய இக்கட்டில் மாட்டிக்கொண்டு விட்டோம்! எத்தனை பெரிய துரோகத்திற்குத் தள்ளப்பட்டுவிட்டோம்! மீனாட்சியே சம்மதம் கொடுத்து இந்தக் கல்யாணம் நடந்திருந்தாலும் மனோகரன் என் சிநேகிதியின் கணவன் என்பதை எப்படி மறப்பேன்? நாளைக்குக் கும்பகோணத்துத் தெருக்களில் தலைநிமிர்ந்து எப்படி நடப்பேன்? கடவுளே!

சியாமளாவின் கண்களிலிருந்து நீர் வழிந்தது. இப்படிக் கம்பத்துக்குக் கம்பம் நான் ஏன் துரத்தப்படுகிறேன்? எது என்னை இப்படித் துரத்துகிறது?

நாட்டியப் பித்து. அதுதான் என்னைக் குஞ்சம்மாவிடம் அத்தனை பிஞ்சு வயசில் ஈர்த்தது. 'ஆல் இந்தியா புகழ் அடைய வேண்டாமா?' என்று தூண்டில் போட்ட அக்காவிடம் சிக்க வைத்தது. 'உன்னை வேர்ல்ட் ஃபேமஸ் ஆக்கறேன்,' என்று ஆசை காட்டிய மனோகரனிடம் விரட்டியிருக்கிறது.

அதோடு வேறு என்னென்னவோ காரணங்கள்! இந்த உடம்புக்கும் மனசுக்கும் ஏற்பட்டுப்போன ஏக்கங்கள். ரகசியக் கனவுகள். கண்ணை மறைத்துவிட்ட போதைகள்... அதுதான் எந்தக் கேள்வியையும் கேட்கத் தோன்றாமல் இப்பொழுது இந்த இடத்தில் நிறுத்தி வைத்திருக்கிறது. மீனாட்சியின் கல்யாணத்தன்று நல்ல ஜூரம் வந்து படுத்திருந்தது ஏதோ விதியின் செயல்தான். அந்தக் கல்யாணத்துக்குச் சென்றிருந்தால் மனோகரனை அடையாளம் தெரிந்திருக்கும். இப்பொழுது இந்த இக்கட்டில் மாட்டிக்கொண்டிருந்திருக்க மாட்டோம்...

கடுதாசை கொடுத்தபோது...

"கல்யாணத்துக்கப்புறம் டான்ஸ் ஆடுவியா மீனாட்சி?."

"மாட்டேன்!"

"ஏன்?"

"அவருக்குப் பிடிக்காதாம்!"

அந்தத் தருணத்தில் இப்படிப்பட்ட மூர்க்கத்தையா மீனாட்சி கல்யாணம் செய்துகொள்ளப் போகிறாள் என்று பரிதாபப்பட்டது இப்போது நினைவுக்கு வந்து அதிர்வைத் தந்தது. அவளுக்குத் தெரிந்த மனோகரனுக்கும் இந்தச் சம்பவத்திற்கும் சம்பந்தமே இருக்காது என்று தோன்றிற்று. ஒரே மனிதனால் இரண்டுவிதமாக நடந்துகொள்வது சாத்தியமா?

"உன்னை வேர்ல்ட் ஃபேமஸ் ஆக்கறேன் சியாமளி!"

எது நிஜம்? மீனாட்சியின் சோகமா, இவன் காட்டிய ஆசையா?

சியாமளாவுக்குக் கண்களில் சரம்சரமாய் நீர் வழிந்தது.

உங்களுடைய விவேகம் எனக்கு இல்லை குஞ்சம்மா... உங்க வைராக்கியம் எனக்கு இல்லே... அக்காவுடைய பேராசைக்குப் பயந்து விவஸ்தை கெட்டு...

அவள் தன்மேலேயே ஏற்பட்டுப்போன அத்தமான வெறுப்போடு அவசரமாகச் சலங்கைகளை அவிழ்க்க ஆரம்பித்தாள். திடீரென்று அந்த ஓவியம் நினைவில் நின்றது. சலங்கை கட்டிய கால்கள் - இப்பொழுது புரிந்தது.

அவை குஞ்சம்மாவின் கால்கள் - அத்தனை நுட்பமான பிரதிபலிப்பு. மிகத் துல்லியமான மனசிலிருந்துதான் வரமுடியும்.

அந்த மனசோடுதான் மனோகரன் விளையாடுகிறான். அதிலிருந்து ஒரு மனசு தப்பித்துக்கொண்டு ஓடப் போகிறது. இன்னொன்று மாட்டிக்கொள்ள வந்திருக்கிறது...

அவள் சரேலென்று நிமிர்ந்தாள். கதவைத் திறந்து கொண்டு மீனாட்சி நின்றிருந்தாள்.

சியாமளா தன்னையறியாமல் எழுந்தாள். "மீனாட்சி!"

லேசான புன்னகையில் விரிய ஆரம்பித்திருந்த அதரங்கள் உறைந்து போயின - மீனாட்சியின் முகத்தில் தெரிந்த கடுமையைக் கண்டு.

தடுமாற்றமும் தயக்கமுமாகச் சியாமளா மெல்லிய குரலில் சொன்னாள்:

"நீதான் மனோகரனோட மனைவின்னு எனக்குச் சத்தியமாத் தெரியாது மீனாட்சி."

மீனாட்சியின் முகத்தில் மிதமிஞ்சிய கோபமும் இகழ்ச்சியும் தெரிந்தன.

"அந்த விஷயம் தெரியாததாலேயே உன் செய்கை நியாயமாப் போயிடுமா சியாமளி?"

சியாமளா தலையைக் குனிந்துகொண்டாள். "தெரிஞ்சிருந்தா சத்தியமா இங்கே வந்திருக்க மாட்டேன்!"

"இங்கே வரலேன்னா வேற எங்கேயாவது போயிருப்பே. நீ இந்த நிலைக்கு இறங்குவேன்னு நான் நிச்சயமா நினைக்கல்லே."

மீனாட்சியின் கண்களில் திடீரென்று நீர் நிறைந்தது. "உன்னைப் பார்த்து எனக்கு பதறிப்போச்சு. நான் கல்யாணமே செய்துக்க மாட்டேன்னு நீ பெருமை அடிச்சிட்டு இந்த மாதிரி இருக்கத்தானா? குஞ்சம்மாகிட்ட வளர்ந்து..."

சியாமளா சுரீரென்று தாக்கப்பட்டவள் மாதிரி முன்னால் நகர்ந்து மீனாட்சியின் தோள்களைப் பற்றினாள். "மீனாட்சி, நீ என்ன சொல்றே?"

மீனாட்சி சடாரென்று அவள் கையை விலக்கினாள். "இந்த ரூமுக்கு யார் வந்தாலும் இங்கே வரும் வழக்கமே எனக்குக் கிடையாது. யார் வந்திருக்கிறதுன்னு தெரிஞ்சுக்கவும் எனக்கு ஆர்வம் கிடையாது. இன்னிக்குக் கர்நாடக சங்கீதமும்

சலங்கைச் சத்தமும் கேட்டு என்னைக் கட்டுப்படுத்திக்க முடியாம வந்தேன்..."

மீனாட்சி சற்று நிறுத்தி சியாமளாவைத் தீர்க்கமாகப் பார்த்தாள்.

"எனக்கு எத்தனை பெரிய அதிர்ச்சி ஏற்பட்டதுன்னு உன்னாலே புரிஞ்சுக்க முடியாது. இந்த நிலைக்கு நீ இறங்கும்படியா உனக்கு என்ன நிர்ப்பந்தம் ஏற்பட்டுப்போச்சு சியாமளி?"

சியாமளா திகைத்துப்போய் அவளைப் பார்த்தாள்.

இவள் என்ன சொல்கிறாள்?

"மீனாட்சி, நீ பேசறது எனக்குப் புரியல்லே. மனோகரனுக்கும் எனக்கும் கல்யாணம் ஆகி ஒரு வாரம் ஆச்சு."

மீனாட்சி திடுக்கிட்டு நிமிர்ந்து பார்த்தாள்.

"கல்யாணமா?"

"ஆமாம். நீ அதுக்குச் சம்மதம் கொடுத்துட்டேன்னார். கையெழுத்துப் போட்டுக் கொடுத்துட்டேன்னார்."

மீனாட்சி சில வினாடிகள் அதிர்ந்து போனவளாய் நின்றாள். பிறகு ஜன்னலருகில் சென்று வெளியில் தெரிந்த வெட்டவெளியை நீர் நிறைந்த விழிகளுடன் பார்த்தாள். மெல்லிய குரலில், "கடவுளே!" என்றாள்.

"என்னை அவர் கேட்கவும் இல்லே. நான் கொடுக்கவும் இல்லே. சரி, நான் கொடுத்தேன்னே வெச்சுக்க. அதை வெச்சு நடக்கற கல்யாணம் சட்டப்படி செல்லாதுன்னு தெரியாதா உனக்கு?"

சியாமளா அதிர்ந்து போய்க் கூச்சத்துடன் தலையைக் குனிந்து கொண்டாள்.

"தெரியும். ஆனா அவரை நான் நம்பினேன். அவர் பணத்தைக் கண்டு நான் மோகிக்கல்லே. இந்த என் வார்த்தையை நீ நம்பணும் மீனாட்சி. அவரையே நான் விரும்பினேன்.

உன்னை டைவோர்ஸ் பண்ணிடப் போறதாச் சொன்னார். கேஸ் தீர்ப்பாக நாளாகும் என்கிறதாலே என்னை ஒரு கோவில்லே கல்யாணம் செய்துகொண்டார். நீதான் அவரோட மனைவின்னு தெரிஞ்சிருந்தா இந்தக் காரியத்துக்கு நான் சம்மதிச்சிருக்க மாட்டேன்!''

மீனாட்சி வெகுநேரத்துக்கு எதுவுமே பேசாமல் வெட்ட வெளியைப் பார்த்தபடி நின்றாள். பிறகு மிதமிஞ்சிய சோகத்துடன் சொன்னாள்:

''நான் எனக்காக வருத்தப்படல்லே சியாமலி. என் வருத்தமெல்லாம் உனக்காகத்தான். உன்னுடைய அந்தக் கல்யாணத்துக்கு ஒரு அர்த்தமும் இல்லே - அது ஒரு சினிமாக் கல்யாணம் மாதிரி. ஏன்னா என்னை அவர் டைவோர்ஸ் பண்ணமாட்டார் - நானும் சம்மதிக்க மாட்டேன்!''

சியாமளா குழப்பமும் அதிர்ச்சியுமாக அவளைப் பார்த்தாள்.

'ஏன், ஏன் இந்த மாதிரி ஒரு புருஷனுடன் நீ தொடர்ந்து வாழுகிறாய்?' என்று கேட்க வேண்டும்போல் இருந்தது. பின் மனோகரன் ஏன் தன்னிடம் உண்மைக்கு முரணாகச் சொல்லி அழைத்து வந்தான் என்று அதிர்ச்சி ஏற்பட்டது.

மீனாட்சியைப் பார்க்கத் தென்பில்லாமல் இரண்டு கைகளாலும் அவள் முகத்தை மூடிக்கொண்டாள்.

''எனக்குப் புரியல்லே. ஒண்ணும் புரியல்லே. நான் செய்யாத தப்புக்கு ஏன் தண்டனை புரியல்லே.''

''ஏற்கெனவே கல்யாணமான ஒருத்தனைக் கல்யாணம் செய்துக்க வேண்டிய நிர்ப்பந்தம் என்ன உனக்கு சியாமளி?''

சியாமளா கண்களை ஆயாசத்துடன் மூடிக்கொண்டாள்.

''என்னைக் கேட்காதே மீனாட்சி. அதுக்கு எத்தனையோ காரணங்கள் இருந்திருக்கணும். எல்லாத்துக்கும் மேலே சின்ன வயசிலேர்ந்து என்னைத் துரத்திக் கொண்டு வந்த விதி - எப்பவும் எதுக்காகவோ ஏங்கவெச்ச விதி காரணமாயிருக்கணும்!''

மீனாட்சியின் கை தன்னை மிருதுவாகத் தொடுவதை உணர்ந்து அவள் கண்களைத் திறந்தாள்.

மீனாட்சியின் முகத்தில் அசாதாரணமான சாந்தம் தெரிந்தது.

"எனக்கு அந்த வார்த்தையிலே நம்பிக்கை இல்லை சியாமளி. என் வாழ்க்கை அமைஞ்சுபோன விதத்துக்கு விதிதான் காரணம்னு சொன்னா எதிர்காலத்தைப் பத்தின நம்பிக்கை எனக்கு இருக்காது."

நம்ப முடியாத குழப்பத்துடன் சியாமளா அவளை ஒரு வினாடி பார்த்து, மனோகரனின் செய்கையால் எந்தவித அதீதமான அதிர்ச்சியும் துயரமும் காண்பிக்காத இவளின் நிதானத்தைக் கண்டு அதிசயித்துத் தலையைக் குனிந்துகொண்டாள்.

"நான் இப்ப இங்க வந்து சேர்ந்ததுக்கு வேறு என்ன காரணம் சொல்றதுன்னு எனக்குப் புரியல்லே. நாட்டியத்தைத் தவிர வேறு எதுவுமே எனக்குத் தெரியாது மீனாட்சி. நான் நாட்டியமாடற பதங்கள்ளே வரும் லட்சிய புருஷனுக்கும் என் மனசிலே வரிச்ச புருஷனுக்கும் வித்தியாசம் கண்டுக்க முடியாதவள்."

மீனாட்சி திடீரென்று பெரிதாகச் சிரித்தாள். சியாமளா திடுக்கிட்டு அவளைப் பார்க்கையில் மென்மையாகச் சொன்னாள்:

"கண்டுக்க வேண்டிய நேரம் சியாமளா, இது! உன்னுடைய பலவீனத்திலேர்ந்து நீயேதான் எழும்பி நிக்கணும்."

சியாமளா மறுபடி ஒரு குழப்பத்துடன் அவளைப் பார்த்தாள். "நீ எந்த வகையிலே நிமிர்ந்து நிக்கறே மீனாட்சி? இந்த மாதிரி உன்னை ஏமாத்தற மனுஷனோடு ஏன் தொடர்ந்து வாழறே?"

"இதுக்கெல்லாம் விளக்கம் சொல்றது கஷ்டம் சியாமளி. அவர்மேல எனக்கு ஏற்படற பரிதாபமும் என்னுடைய

பாதுகாப்பு அவருக்குத் தேவை என்கிற பிரக்ஞையும் காரணமா இருக்கலாம்.''

"எனக்குப் புரியல்லே.''

மீனாட்சி லேசான வியப்புடன் அவளைப் பார்த்தாள். "இதுவரை நீ தெரிஞ்சுக்கல்லேன்னா, நிச்சயமா நீ ஒரு வெகுளிப் பெண்தான் சியாமளி!''

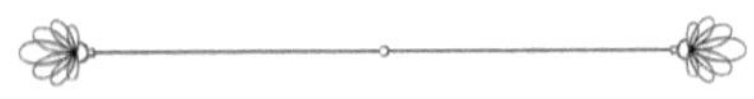

அத்தியாயம் 16

தூக்கமும் விழிப்புமான நிலையில் சியாமளா படுத்திருந்தாள்-முழுமையாக விழித்துக்கொள்ள மனசில்லாமல். உலக அரங்கில் அவள் ஆடிக் கொண்டிருக்கிறாள். தில்லானாவை முடித்து உள்ளே செல்கையில் கரகோஷம் வாளைப் பிளக்கிறது. ஒரு குரல் தீாக்கமாகக் கேட்கிறது.

நீங்கள் ஆடும்போது தேவியின் சொரூபம் மாதிரி இருந்தது!

அவள் விருக்கென்று எழுந்தாள். நெற்றியில் லேசாக வியர்த்து மார்பு படபடத்தது.

"என்ன சியாமளி, காலை வேளையிலே தூக்கம்?" அவள் திடுக்கிட்டுப் பார்த்தாள்.

மனோகரன் புன்னகையுடன் நின்றிருந்தான். அந்தப் புன்னகையையும் கண்களில் தெரிந்த சல்லாபத்தையும் பார்க்கையில் மறுபடி ஒரு பிரவாகம் நெஞ்சில் பொங்கிற்று. நேற்றைக்குக் கேட்ட செய்தியெல்லாம் அரைகுறைத் தூக்க மயக்கத்தில் கனவாய் மிதந்தது.

அவள் கூச்சத்துடன் புன்னகைத்தாள். "எப்ப வந்தீங்க?"

"இப்பத்தான். இரண்டு நாளா உன்னைப் பார்க்காமல் கண்ணு பூத்துப் போயிட்ட ஆர்வத்தோடு வரேன், நீயானால் பட்டப்பகலிலேயே தூங்கறே!"

அவன் அந்த ஆர்வத்தையெல்லாம் கண்களிலும் அதரங்களிலும் காட்டி அவளை அணைத்துக் கொண்டான். செவியருகில் அதரங்களைப் பதித்து முணுமுணுத்தான்.

"என்கூட இருந்த ஒரு ஜப்பான்காரன் ஆச்சரியப்பட்டுப் போனான். பெண்டாட்டியை நினைச்சு இப்படி உருகிற ஆளைப் பார்த்ததில்லேன்னு!"

அவள் சரேலென்று சுயநினைவுக்கு வந்தாள். தன்னை மெல்ல விடுவித்துக் கொண்டு கட்டிலைவிட்டு இறங்கினாள்.

அவன் விடாமல் அவள் தோள்களைப் பற்றினான்.

"என்ன சியாமளி?"

"நான் உங்க பெண்டாட்டி இல்லே!"

"யார் சொன்னது?"

அவன் பிடியில் அவள் மூச்சுத் திணறிற்று. அவள் அதற்கு நேரிடையாகப் பதில் சொல்லாமல் துக்கம் தொண்டையை அடைக்கச் சொன்னாள்.

"நம்ம கல்யாணம் ஒரு நாடகம் மாதிரி. அதற்கு எந்தவித அர்த்தமுமில்லே!"

அவன் அவளைத் தீவிரமாகப் பார்த்தான்.

"திடீர்ன்னு உனக்கு என்ன நேர்ந்தது சியாமளி! எங்கே என் முகத்தைப் பார்த்துச் சொல்லு! அந்தக் கோவிலிலே அபூர்வமான ஸ்படிக லிங்கத்துக்கு முன்னாலே இவள் என் மனைவின்னு நாலு பேர் முன்னிலையிலே சொன்னேனே, அது பொய்யிங்கறியா? அந்தக் கோயிலே பொய்யிங்கறியா?"

அவன் கண்களில் தெரிந்த தீவிரத்தைக் கண்டு அவள் தடுமாறிப்போனாள்.

"சட்டப்படி பொய்!"

"ஆ! சட்டம்! உனக்குப் பிரியத்தைவிடச் சட்டம் பெரிதாகப்படுகிறதா சியாமளி?"

அவள் குழப்பத்துடன் அவனைப் பார்த்தாள். இவன் எதிரில் நிற்கும்போதும் பேசும்போதும் சத்யசந்தனாக நமக்கு ஏன் தோன்றுகிறான்?

"இதோ பார் என்னுடைய வாழ்க்கை எனக்குத்தான் தெரியும். நான் ஆத்மார்த்தமாகச் சினேகிக்கிற பெண்ணோடு நான் இருக்க எனக்குப் பூரண சுதந்திரம் உண்டு. சட்டம் அதற்குக் குறுக்கே நிற்க முடியாது."

"நீங்க எப்படிச் சொன்னாலும் எனக்கு சமாதானமாகாது. ஏன்னா உலகம் என்னை வித்தியாசமாகத்தான் பார்க்கும். நான் உலகத்துக்குப் பயப்படறேன்!"

"ஏன்? ஏன் பயப்படணும்? இந்தச் சட்டமே மனிதன் செய்ததுதானே? பிரியப்பட்டவர்களை அது சேர்த்து வாழ வைக்கல்லேன்னா அதை நாம் ஏன் மதிக்கணும்? இதோ பார். டைவோர்ஸ் ஆகிறவரைதானே உனக்கு இந்த நிலை?"

அவள் சட்டென்று அவனை நிமிர்ந்து பார்த்தாள்.

"டைவோர்ஸ் என்கிறதெல்லாம் சுத்தக் கதைன்னு, தெரிஞ்சு போச்சு மனோகரன். நீங்கள் மனுவே போடவில்லை. அது கிடைக்கவும் போறதில்லை."

அவனுடைய பார்வை இறுகிற்று. "மீனாட்சியைப் பார்த்தியா?"

"ஆமாம்!" என்றாள் அவள் ஆயாசத்துடன்.

"அப்ப அவளை நம்பறே, இத்தனை நாள் உன்னோடு பழகின என்னை நீ நம்பலே இல்லையா?"

அவளுக்கு மார்பு படபடத்தது. சொல்லத் தெரியாது. உணர்ச்சிக் கொந்தளிப்பில் நெற்றி வியர்த்து முகம் சிவந்தது.

"மீனாட்சி என்னுடைய சிநேகிதி மனோகரன். ஐந்து வருஷம் நானும் அவளும் சேர்ந்து நாட்டியம் கற்றுக்கொண்டோம். இங்க வந்துதான் அவள் உங்க மனைவின்னு தெரிஞ்சது. அப்போதிலிருந்து நான் எவ்வளவு வேதனைப்படறேன்னு உங்களுக்குத் தெரியாது!"

அவன் புருவங்களை நெறித்து அவளைப் பார்த்தான்.

"எனக்குப் புரியல்லே. சரி, நீ இப்ப ஒண்ணும் சொல்ல வேண்டாம். வா. நாம் வெளியிலே போகலாம். தனியான ஒரு வெட்ட வெளியிலே உட்கார்ந்து பேசுவோம். இந்த வீடே எனக்கு மூச்சு முட்டுகிறது."

அது வாஸ்தவம் என்று நினைத்தபடி அவள் அவனுடன் கிளம்பினாள்.

அவன் காரை ஓட்டினான். வெகுதூரத்திற்கு எதுவுமே பேசாமல் தீவிர சிந்தனையுடன் இருந்தான். இவனை எந்த அளவுக்கு நம்பலாம் என்கிற கேள்விக் குறியுடன் ஒரு நிச்சயமில்லாத குழப்பத்துடன் அவள் உட்கார்ந்திருந்தாள்.

அடர்த்தியான ஒரு தோப்புக்குள் அவன் அவளை அழைத்துச் சென்றான். ஜன நடமாட்டமே இல்லாத ஒரு பகுதியில் மர நிழலில் இருவரும் உட்கார்ந்தார்கள். அவன் அவள் கைகளைத் தன் கைகளில் வைத்துக் கொண்டான்,

"அன்றைக்கு உன்னைக் கேட்ட அதே கேள்வியை உன்னை மறுபடி கேட்கிறேன் சியாமளி. என்னை நீ மனப்பூர்வமா விரும்பித்தானே கல்யாணம் செய்துகொண்டே? எந்த நிர்பந்தத்தினாலேயும் இல்லையே?"

"இல்லே!"

"பின்னே இப்பப் புதுசா என்ன உனக்குக் குழப்பம்?"

திடீரென்று சியாமளவுக்கு மிகவும் ஆயாசமாக இருந்தது. எதையும் விளக்கப் போனால் 'நீதான் ஒரு முட்டாள்' என்று அந்த விளக்கமே திருப்பிச் சுட்டிக் காட்டும் என்று தோன்றிற்று.

"என்ன சியாமளி, மீனாட்சி உன் சினேகிதி என்கிற காரணத்தாலே நிலைமையிலே என்ன வித்தியாசம் நேர்ந்துபோச்சு?"

அவள் பலவீனமாகச் சிரித்தாள்.

"எத்தனை சுலபமாகச் சொல்லிவிட்டீர்கள் மனோகரன், வித்தியாசம் இல்லேன்னா எந்த உறவுக்கும் அர்த்தமில்லே.

சினேகிதம் என்கிறதுக்கும் சகோதரத்துவம் என்கிறதுக்கும் அர்த்தமில்லே.''

''நீ அனாவசியமாக் குழப்பிக்கறே. அவள் உன் சினேகிதிங்கறது எதேச்சையானது. நீ வேணும்னு விஷயம் தெரிஞ்சு எனக்கு வலையை விரிச்சிருந்தா உன்னைக் குற்றவாளின்னு சொல்லலாம். இப்ப நீ எதுக்காகக் குற்ற உணர்வோடு பேசணும்னு எனக்குப் புரியல்லே!''

''ஏன்னா உங்கமேலே அவளுக்கு வெறுப்பில்லே. உங்களை விட்டுப்போக அவளுக்கு இஷ்டமில்லே. அவளுக்கு மனக்கஷ்டத்தைக் கொடுத்துட்டு நான் இங்கே இருக்கிறது நியாயமில்லேன்னு தோணுகிறது மனோகரன்!''

மனோகரன் அவளைத் தன்னருகில் இழுத்துக் கொண்டான்.

''நான்ஸென்ஸ்! உனக்கு உன்னைப்பத்தியும் உன் சினேகிதியைப் பற்றியும் தான் கவலை! என்னைப்பத்தி யோசிச்சியா?''

அவனது ஸ்பரிசமும் குரலில் இருந்த தாபமும் அவளுள் மறுபடி ஒரு கிரக்கத்தை ஏற்படுத்தின.

அவள் தன் கரங்களால் முகத்தை மூடிக்கொண்டாள்.

''எனக்கொண்ணும் புரியல்லே மனோகரன்.''

அவன் அவளை இன்னும் இறுக்கமாக அணைத்துக் கொண்டான்.

''நீ ரொம்பப் பத்தாம்பசலித்தனமாக நினைக்கிறதை நிறுத்திக் கொஞ்சம் புத்திசாலித்தனத்தோடு நடந்தியானால் ஒரு காம்ப்ரமைஸ் செய்யலாம்.''

அவள் பேசாமல் வெட்டவெளியைப் பார்த்தபடி உட்கார்ந்திருந்தாள்.

''என் தாத்தாவைப் பற்றிச் சொல்லியிருக்கிறேனே, அவருக்கு இரண்டு பொண்டாட்டி. கடைசிவரை ஒரே வீட்டில்

சந்தோஷமாக இரண்டு பேரும் சேர்ந்து இருந்ததை நான் பார்த்திருக்கேன். சட்டம், மனக்கஷ்டம் அப்படிங்கிற சிலந்திக் கூடுகளிலே நீ மாட்டிக் கொண்டாயானால் உன்னுடைய பிரத்தியேகமான சந்தோஷம் பலியாயிடும். தியாகம், பண்பாடு என்கிற ரீல் எல்லாம் ரொம்ப ஓல்ட் ஃபேஷன் சியாமளி! ஒவ்வொரு மனிதனும் ஒரு தனிப் பிரஜை! அவன் தன் இஷ்டப்படி வாழ அவனுக்கு உரிமை இல்லேன்னா அப்புறம் இந்த வாழ்க்கை எதற்கு?"

அவன் பேசும்போது அவளுடைய புருவங்களையும் மோவாயையும் அதரங்களையும் வருடியபடியே பேசினான், தனது ஸ்பரிசத்தின் சக்தியை உணர்ந்தவன் மாதிரி.

அவளுக்குத் திடீரென்று நடேசனின் நினைப்பும் தொடர்ந்து சிரிப்பும் வந்தது.

"அத்தான் சொன்னதற்கும் நீங்கள் சொல்றதுக்கும் ரொம்ப வித்தியாசம் இல்லை. கல்யாணம்ங்கறதுகூட ரொம்ப ஓல்ட் ஃபேஷண் வார்த்தைன்னார். உண்மையிலே எனக்கு எதுவும் அர்த்தமாகல்லே மனோகரன். என் மனசு விசாலமாகணுமா, உங்க மனசு விசாலமாகணுமான்னு புரியல்லே. சிலந்திக் கூடு என் மனசுலே இருக்கா, உங்க மனசுலே இருக்கான்னு புரியல்லே."

அவன் விளையாட்டாக அவள் மூக்கைத் திருகினான். "உன் மனசிலேதான் அதெல்லாம் இருக்கணும். இல்லேன்னா எதுக்கு இத்தனை குழப்பம்?"

"எனக்கு நாட்டியத்தைத் தவிர வேறெந்த விஷயமும் தெரியாது மனோகரன். அதனாலேதான் நான் எதிர்பார்க்கிற மாதிரி உலகம் இல்லேன்னா ரொம்பக் கலவரம் மனசிலே ஏற்படுகிறது."

அவள் திடீரென்று தன்னைக் கட்டுப்படுத்திக்கொள்ள இயலாதவளாய்ப் பல நாட்களாய் மெல்ல மெல்ல அரிக்க

ஆரம்பித்திருந்த ஏமாற்றங்கள் விசுவரூபமெடுத்தாற்போல் முழங்கால்களில் முகத்தைப் புதைத்தபடி அழ ஆரம்பித்தாள்.

"இங்கே இருக்க முடியலேன்னா நான் எங்கே போவேன் மனோகரன்? நிச்சயம் அக்கா வீட்டுக்குப் போக மாட்டேன்."

அவன் அவளைத் தன்னோடு அணைத்துக்கொண்டான்.

"நீ எங்கேயும் போக வேண்டாம் சியாமளி! உன் மனசைத் தைரியமாக்கிக்கறது உன்கிட்டத்தான் இருக்கு. நான் சொல்கிறபடி இருந்தாயானால் ஒரு கஷ்டமுமில்லே. மீனாட்சிக்கும் தொந்தரவில்லையே." சரசரவென்று இருள் விரிய ஆரம்பித்துவிட்டதை உணர்ந்து "கிளம்பலாம் வா!" என்று அவன் எழுந்தான். அவளை அணைத்தபடியே காருக்கு அழைத்துச் செல்கையில் 'சரஸாமதான'வை விஸிலடித்தான்.

அவனுடைய பதட்டமில்லாத போக்கு அவளுக்கு ஆச்சரியத்தை அளித்தது. கத்திரிக்காய் கறியா? வெண்டைக்காய் கறியா? என்கிற பிரச்சனைக்குத் தீர்வு சொல்கிறவன்போல் எத்தனை எளிதாக இவன் தீர்வு சொல்லிவிட்டான்.

வீட்டுக்குத் திரும்பிச் செல்லுகையிலும் அவன் அவளை அருகில் இழுத்துச் சீண்டியபடி இருந்தான். இந்த மாதிரி செய்கைகளால் இவன் நம்மை பலவீனப்படுத்தப் பார்க்கிறான் என்கிற மெல்லிய பிரக்ஞை அவளுள் ஓர் அவமான உணர்வை ஏற்படுத்திற்று. அவனுடைய வார்த்தைகளின் தாத்பர்யத்தை அவள் முழுவதும் உணர்ந்துகொள்ள முடியாமல் அவள் மூளையை மழுங்கடிக்கப் பார்க்கும் அவனுடைய யுக்தி என்று சம்சயம் ஏற்பட்டது.

இவன் சொல்கிற விளக்கப்படி இவனுக்கு நான் என்னவாக இருப்பேன்?

"உன்னுடைய தோழமை எனக்கு ஆயுசுக்கும் வேணும் சியாமளி!"

ஆயுசுக்கு...

கல்யாணம் என்று பெயர் பண்ணிக்கொண்டு வந்தபிறகு இத்தனை நாட்களில் எந்த மாதிரி பந்தம் அவர்கள் இருவரிடையே இருக்கிறது என்று அவளுக்கு இன்னமும் புரியவில்லை.

இது என்ன இரண்டும்கெட்டான் நிலை? இது நம்மை எங்கே இழுத்துக்கொண்டு போகப்போகிறது?

மனோகரன் செல்லமாக அவள் விலாவில் ஒரு குத்துக் குத்தினான்.

"ஏய், ரொம்ப யோசிக்காதே. அந்த அழகான தலை அத்தனை யோசனையைத் தாங்காது!"

அவள் லேசாகப் புன்னகைத்தாள். அவனுடைய சரசத்தையும் அண்மையையும் வெட்கமில்லாமல் உடம்பு வேண்டி நின்றதை அவளால் உணர முடிந்தது. இதனால்தான் இந்த மனசுக்கும் உடம்புக்கும் அவன்மேல் கோபமோ ஆத்திரமோ ஏற்பட முடியாத வண்ணம் ஒரு சுரணை கெட்டதனம் ஏற்பட்டிருக்கிறது.

அவனிடமிருந்து வந்த ஆஃப்டர்ஷேவ் லோஷனின் மணம் மாலை மயங்கிவிட்ட அந்த நேரத்தில் அவளுள் ஒரு கிளர்ச்சியை ஏற்படுத்திற்று. மீனாட்சியுடன் பேசியபோது ஏற்பட்ட அதிர்ச்சி மறந்தே போயிற்று.

இவனுக்கு மீனாட்சியை என்ன காரணத்தாலோ பிடிக்கவில்லை. என்னைத்தான் பிடிக்கிறது என்றால் நான் என்ன செய்யட்டும் என்று அவள் தனக்குள் நியாயம் சொல்லிக்கொண்டாள். அவளுக்கு வாழ்வு கிடைக்கவில்லை என்பதற்காக எனக்குக் கிடைத்திருக்கும் வாழ்வை நான் ஏன் புறக்கணிக்க வேண்டும்? மனசு அவள் அடக்க அடக்கத் திமிறி எகிறிற்று...

வீட்டையடைந்து போர்ச்சில் வண்டி நின்றதும் பல மூலைகளிலிருந்து வேலைக்காரர்களின் பார்வை துளைப்பதை

உணர முடிந்தது. அதில் சங்கரனின் பார்வையும் இருக்கும் என்கிற உணர்வும் மீனாட்சிக்கு அவன் மூலமாய்ச் சேதி எட்டும் என்கிற நமைச்சலுமாய் அவள் அறைக்குள் நுழைந்தாள்.

'இத்தனை கேவலத்துக்கு நீ இறங்குவேன்னு நான் நினைக்கவே இல்லே சியாமளி!'

வார்த்தைகளில் நினைவு வரும்போதெல்லாம் மனசு அதிர்ந்தது. மண்டையில் நமுநமுவென்று உஷ்ணம் ஏறிற்று. அவள் தலையை ஒருமுறை உசுப்பிக்கொண்டாள். அதை விரட்டப் பார்த்த மாதிரி.

"சாப்பிட வா சியாமளி!"

அவள் திரும்பினாள். சாப்பாடு வந்துவிட்டிருந்தது அறைக்கு. மனோகரன் அதற்குள் குளித்து வெள்ளை வெளேரென்ற பெஜாமா ஜிப்பாவில் பௌடர் மணம் கமழ உட்கார்த்திருந்தான் இந்தி சினிமாவில் வரும் மாப்பிள்ளை மாதிரி.

அவளுக்கு யதார்த்த உலகமும் அதன் பிரச்சினைகளும் வரம்புகளும் எதிர்பார்ப்புகளும் எல்லாம் மறந்து போயின. அவனைப் பார்க்கும் போதெல்லாம் முன்பு கிளம்பிய பிரவாகம் இப்போதும் கிளம்பிற்று.

"நானும் டிரெஸ் மாத்திட்டு வரவா?" என்றாள் அவள் கண்களில் மையலுடன்.

அவன் சட்டென்று அவளை நிமிர்ந்து பார்த்தான். "வேண்டாம். சாப்பிட்ட பிறகு மாற்றிக்கொள்!"

அவள் சிரித்துக்கொண்டே சாப்பிட உட்கார்ந்தாள். அவன் உருவம் அவளை மீண்டும் மீண்டும் ஈர்த்துப் புதிய அன்பையும் தென்பையும் சுரந்தது. வேலையாள் வந்து சாப்பாட்டுச் சாமான்களை எடுத்துப் போகிறவரை காத்திருந்து அவள் உடை மாற்றி நைட்கவுனில் வந்து நின்றபோது,

மனோகரன் ஆழ்ந்த நித்திரையில் இருந்தான் தலைமாட்டில் 'டோண்ட் டிஸ்டர்ப்' போர்டுடன்.

அவள் விழிகள் விரிய அதிர்ந்து திகைத்து நின்ற அந்த வினாடியில் பளீரென்று மீனாட்சியின் வார்த்தைகள் நினைவுக்கு வந்தன.

"இன்னமும் நீ தெரிஞ்சுக்கல்லேன்னா நீ வெகுளிப்பெண் தான் சியாமளி!"

அத்தியாயம் 17

எங்கோ ஓர் ஒற்றைக் குயில் கூவிற்று. தொடர்ந்து அவனுடைய தோழியோ தோழனோ பதில் கொடுத்த வண்ணம் இருந்தது. 'உனக்குத் துணை நான்' இருக்கிறேன் என்கிற மாதிரி.

கண்களை மூடாமலே இரவு முடிந்து போனதை உணர்ந்து சியாமளா எழுந்து ஜன்னல் திரையை விலக்கி வெளியே பார்த்தாள். மிக மெல்லியதாகப் புலர்ந்திருந்தது. நூறாயிரம் பட்சிகள் கீச் கீச்சென்று எதற்கோ அவசரப்பட்டன. இதற்கிடையில் அந்த ஒற்றைக் குரல்,

கூ ஊ.

அதற்குப் பதிலாக மற்றொரு கூ ஊ. பௌதிக உணர்வின் உந்துதலில் புறப்படும் சவால்கள் - வரும்-பதில்கள்.

இந்த உணர்வுதான் எல்லாப் பிரச்சினைகளுக்கும் காரணம் என்று அவள் நினைத்துக்கொண்டாள்.

நான் இப்பொழுது வெட்கம் கெட்டு இந்த மெல்லிய நைட் கவுனை அணிந்து ஒருத்தனின் பார்வையை ஈர்க்கப் பார்த்ததற்கும், இல்லாத ஒன்றை இருப்பதாக நினைத்து ஏங்கித் தவித்ததற்கும் இந்த உணர்வுதான் காரணம். மனத்தில் தகித்த அவமானஉணர்வு கண்களில் நீரை வரவழைத்தன.

"பிரியத்தைவிடச் சட்டம் உனக்கு முக்கியமா?"

எத்தனை சாகசமாகப் பேசுகிறான்! அவளுக்குப் பெரிதாகச் சிரிக்க வேண்டும் போல் இருந்தது. எப்படிக் கொஞ்சம்கூடக் கூச்சமில்லாமல், ஏமாற்றுகிறோம் என்கிற உணர்வே இல்லாமல்

சரசமாட இவனால் முடிந்தது? அப்பாவி மாதிரித் தூங்கிக் கொண்டிருக்கும் அவனைப் பார்க்கப் பார்க்க ஆத்திரமாக இருந்தது.

அவள் ஆத்திரத்துடன் நைட் கவுனைத் தோள்பட்டையிலிருந்து இழுத்துக் கிழித்தாள். "தூ! நீ கெட்ட கேட்டிற்கு இது ஒண்ணுதான் குறைச்சல்!"

'ஓ'வென்று அழவேண்டும் போல் இருந்தது.

ஆக்ரோஷமாகப் பொங்க ஆரம்பித்திருந்த உணர்வுகள் எல்லாம் சட்டென்று ஒரு நிலைக்கு வந்தன. மீனாட்சியை உடனடியாகப் பார்க்க வேண்டும் என்று மனசு பறந்தது. அவளை நினைத்த மாத்திரத்தில் மனசில் ஒரு காருண்யம் பொங்கிற்று.

அவள் அவசரமாகக் குளித்து உடை உடுத்தி மனோகரன் இன்னும் தூங்கிக் கொண்டிருப்பதைக் கவனித்து அறைக் கதவை ஓசைப்படுத்தாமல் திறந்து கொண்டு வெளியில் வந்தாள்.

விருவிருவென்று மீனாட்சியின் அறையை நோக்கி நடந்தாள்.

பூஜை அறை லேசாகத் திறந்திருந்தது. ஊதுவத்தியின் மணம் தவழ்ந்து வந்தது. மெலிசான குரலில் அருணகிரிநாதரின் தாபம் வெளிப்பட்டது.

'ஆதாரமிலேன் அருளைப் பெறவே நீதான் ஒரு சற்றும் நினைந்தில்லையேல்...'

சியாமளா சரேலென்று உள்ளே நுழைந்தாள். கண்களை மூடிய நிலையில் தீபத்துக்குப் பக்கத்தில் அமர்ந்திருந்த மீனாட்சியின் உருவத்தைக் கண்டு திகைப்பேற்பட்டது. அந்தத் தேஜஸுக்கும் செளந்தர்யத்துக்கும்முன் தான் மிக மிக அற்பமாகிப் போனாற்போல் பிரமை ஏற்பட்டது. ஐந்து வருஷங்களுக்கு முன் வரை அவளுக்குத் தெரிந்திருந்த மீனாட்சிக்கும் –

வெட்கப் புன்னகையுடன், 'எனக்குக் கல்யாணம் டீச்சர்' என்றவளுக்கும் – இப்பொழுது துறவி மாதிரி உட்கார்ந்திருப்பவளுக்கும் சம்பந்தமே இல்லை, என்று தோன்றிற்று. டில்லியில் இருந்த சியாமளாவுக்கும் நேற்றிரவு பஸ்பமாகிப் போன சியாமளாவுக்கும் சம்பந்தம் இல்லாத மாதிரி...

மீனாட்சி கண்களைத் திறந்தாள். சியாமளாவைப் பார்த்துச் சன்னமாகப் புன்னகைத்தாள்.

"வா சியாமளி!"

சியாமளா தன்னைக் கட்டுப்படுத்திக்கொள்ள இயலாமல் அவள் மடியில் முகத்தைப் புதைத்துக்கொண்டாள். குலுங்கி விழும் அவள் முதுகை மீனாட்சி மௌனமாக வருடினாள்.

"மீனாட்சி, எனக்குத் தாங்கல்லே. உனக்காக வருத்தப்படறதா எனக்காக வருத்தப்பட்டுக்கறதான்னு புரியல்லே!"

மீனாட்சி பரிவுடன் அவள் தலையை வருடினாள். "சியாமளி, நான் ஒண்ணு சொல்றேன். நீ திரும்ப உங்க அக்கா வீட்டுக்குப் போயிடு!"

"ஐயய்யோ, திரும்பவும் அங்கே போகமாட்டேன். அவளையும் அத்தானையும் பகைத்துக்கொண்டு நான் மனோகரனோடு வந்திருக்கிறேன். திரும்பிப் போனென்னா என் தோல்வியை ஒப்புக்கொள்கிற மாதிரி. முன்னைவிட இன்னும் அதிகமா என்னைப் புரட்டி எடுத்து வா..."

"யாரையாவது நல்ல ஆளாப் பார்த்துக் கல்யாணம் பண்ணிக்கோ."

சியாமளா விருக்கென்று நிமிர்ந்து பார்த்தாள். "இனிமே அந்தத் தப்பை மறுபடி பண்ணுவேன்னு நினைச்சியா?"

மீனாட்சி துயரத்துடன் அமர்ந்திருந்தாள்.

சியாமளா அவள் கையை மெல்லப் பற்றினாள். "மீனாட்சி, நீ எப்படி இப்படி ஒரு வாழ்க்கைக்குச் சமாதானமாகிப்

போனே? இந்த மாதிரி ஒரு இயலாமையோடு மனோகரன் செய்யற தில்லுமுல்லுவையும் எப்படித் தாங்கிக்கறே?''

மீனாட்சி அவளை நேரிடையாகப் பார்க்காமல் தலையைக் குனிந்து கொண்டாள். ''இவரைப்பத்தி நீ கேவலமா நினைக்கக் கூடாது சியாமளி. அவர் உடம்பிலே ஏற்பட்டுப்போன பலவீனத்தாலே மனசிலேயும் பலவீனம் ஏற்பட்டுப்போச்சு. கல்யாணமாகி நானும் இரண்டு வருஷம் சந்தோஷமாத்தான் இருந்தேன். ஆனால் இந்தத் தேவைக்கு அதிகமான பணமும், அதைப்பற்றின அவரது அலட்சியமும் எனக்குள்ளே ஒரு கலவரத்தை ஏற்படுத்தும். சின்ன வயசிலிருந்தே இந்த அதிகப் பணப்புழக்கம் அவர் உடம்பைக் கெடுத்துவிட்டது. எனக்கு அப்புறம்தான் தெரிஞ்சுது - வீரியம் போயிடுத்துங்கிற விஷயம்! நான் எவ்வளவோ சமாதானப்படுத்தினேன். நானே மனோதத்துவ சிகிச்சை கொடுக்கலாம் என்று பார்த்தேன். மருத்துவ சிகிச்சைக்குக் கூப்பிட்டேன். அவர் எதுக்கும் வணங்கல்லே. என் மேலேயே ஆத்திரமா மாறிட்டது இப்ப!''

கண்கள் விரிய சியாமளா பார்த்தாள். ''பின்னே எதுக்கு அவருக்கு இரண்டாம் கல்யாணமும் அழகான பெண்களும் வேணுமாம்?''

மீனாட்சி தயக்கத்துடன் தொடர்ந்தாள்: ''இது ஒரு மனோதத்துவப் பிரச்சினை சியாமளி. என்னாலே அதைப் புரிந்துகொள்ள முடிகிறது. அனுதாபத்தோட அவரது போக்கை மன்னிக்க முடிகிறது. ஆனா உன்னாலே முடியாது.''

''எனக்கு இன்னும் புரியல்லே. எனக்கு ஏன் அவர் ஆசை காட்டணும்? இல்லாத கற்பனையெல்லாம் என்னுள்ள தூண்டி விடணும்?''

''சொல்றேன் படட்டப்படாதே. இது ஒரு மனோதத்துவப் பிரச்சினைன்னு சொன்னேனே! தன்னுடைய இயலாமை வெளியுலகத்துக்குத் தெரியக்கூடாதுன்னு அவருக்கு இப்ப ஒரு வெறி ஏற்பட்டிருக்கு. இந்த மாதிரியெல்லாம்

பெண்களோடு ஊர் சுத்தினாதான் நார்மல் என்கிற பிரமையை உருவாக்கிக்கறதிலே அவருக்கு ஒரு திருப்தி..."

சுரீர் என்று ஒரு ஜ்வாலை மண்டையைத் தாக்கிற்று. சியாமளா வெறித்த கண்ணால் மீனாட்சியைப் பார்த்தாள். "அதற்காக." 'அதற்காக... ஒரு திமிர் பிடித்தவனின் அல்பத் திருப்திக்காக நரபலியா...?'

மீனாட்சி அவளுள் ஏற்பட்ட பாதிப்பை உணர்ந்தவளாய் எங்கோ தொலைவில் ஒரு பார்வையுடன் சன்னமான குரலில் சொன்னாள்: "என்னாலே அவரை உதறிட்டுப் போக முடியல்லே சியாமளி! என் அப்பா அம்மாவை அது உருக்கிடும் என்கிற விஷயத்தைத் தவிர எனக்கே இவர்மேல ஒரு அனுதாபம் ஏற்பட்டுப் போச்சு. எப்படியாவது இவர் உடம்பையும் மனசையும் சரி செய்யணுங்கிற பச்சாதாபம் ஏற்பட்டுப் போச்சு... நான் செய்யற பிராத்தனையெல்லாம் என்னுடைய மனோபலத்தை அதிகரிக்கத்தான்."

சியாமளா வெடுக்கென்று நிமிர்ந்து தீர்க்கமாகப் பார்த்தாள். "உனக்கு உன் புருஷனைப்பத்திதான் கவலை. இல்லையா மீனாட்சி? அவர் ஏமாத்தின பெண்ணைப்பத்திக் கவலையில்லே! இப்ப நான் என்ன பண்ணுவேன்னு நினைச்சே? டான்ஸையும் மறந்து இங்கே திரிசங்குவிலே நிக்கறேன்! எத்தனை சுலபமா, 'திரும்பிப் போயிடு, வேற கல்யாணம் செய்துக்கோ.'ன்னு சொல்றே! என்னுடைய இழப்பை உன்னாலே புரிஞ்சுக்க முடியுமா?"

மீனாட்சி துயரத்துடன் தலையைக் குனிந்துகொண்டாள். "என்னை மன்னித்துக்கொள் சியாமளி. நீ சௌக்கியமா இருக்கிறதுக்கு வேணுங்கிற பணத்துக்கு நான் ஏற்பாடு பண்ணித்தரேன்."

சட்டென்று ஓர் ஆக்ரோஷத்துடன் சியாமளா விலகி உட்கார்ந்தாள். குற்றம் சாட்டுகிற மாதிரி ஆள்காட்டி விரலை நீட்டித் துக்கமும் அழுகையுமாகச் சொன்னாள்: "இது... இது

உன் பணத் திமிர்தானே? என்னை அத்தனை மட்டமா நீ பேசறதுக்குக் காரணம் உனக்கிருக்கிற பணத் திமிர்தானே? என்னை இந்த நிலைமைக்கு உன் புருஷன் ஆளாக்கி வெச்சதும் பணத் திமிர்னாலேதானே?''

மீனாட்சி பதட்டத்துடன் எழுந்து அவளை அணைத்துக்கொண்டாள். "இல்லே சியாமளி! எனக்குத் திமிர் இல்லே. உனக்கு எந்த வகையிலாவது உதவணும் என்கிற உண்மையான அனுதாபத்திலே சொன்னேன்.''

அவள் சொன்னது காதிலேயே விழாதவள்போல் சியாமளா, "குஞ்சம்மா, குஞ்சம்மா!'' என்று அரற்றியபடி அழுதாள்.

மீனாட்சி வெகுநேரம் யோசனையுடன் இருந்தாள். சியாமளா சற்று அடங்கியவுடன் மென்மையாகச் சொன்னாள்: "சியாமளி, குஞ்சம்மாகிட்டியே திரும்பிப் போயிடேன்!''

சியாமளா பலமாகத் தலையாட்டினாள். "முடியாது... முடியாது. நான் எந்த முகத்தோடு குஞ்சம்மாவைப் பார்ப்பேன்? வாழ்க்கையிலே தோற்றுப் போனேன்னு எப்படித் தைரியமாகச் சொல்லுவேன்?''

"உன்னுடைய அப்பா அம்மா?''

"ஊஹூம். என்னை அவங்களுக்குத் தெரியவே தெரியாது. அவங்களோடு நான் இருந்தபோதே என்னை அவங்களுக்குத் தெரியாது.''

அவள் திடீரென்று சிரித்தாள். "உன் புருஷன் என்ன சொன்னார் தெயுயுமா? என்னை வேர்ல்ட் ஃபேமஸ் ஆக்கறேன்னார்! உலகம் பூராவுக்கும் என்னைத் தெரியும்படி செய்யறேன்னார்! இங்கே வந்தப்புறம் சலங்கை கட்டிக்காம ப்ராக்டிஸ் பண்ணு என்கிறார்! வேலைக்காரங்களுக்குத் தெரியக் கூடாது என்கிறார்! இந்த மாதிரி பேசற ஆள்கிட்டே நான் ஏமாந்து போனது, விதிங்கறியா என் அசட்டுத்தனங்கறியா மீனாட்சி?'' சியாமளா மறுபடி வெறிபிடித்த மாதிரி சிரித்தாள்.

மீனாட்சி கலவரத்துடன் அவள் தோள்களைப் பற்றினாள். ''சியாமளி, உன்னை நிதானப்படுத்திக்கோ. நடந்து போனதையெல்லாம் தயவுசெய்து மறந்துவிடு. நாட்டியம்தான் உன்னுடைய முதல் ஆசைன்னு எனக்குத் தெரியும். நான் உன்னை வேர்ல்ட் ஃபேமஸ் ஆக்கறேன். நான் உன்னை எல்லா இடங்களுக்கும் கூட்டிட்டுப் போகிறேன். சத்தியமாகச் சொல்றேன். என்னை நம்பு சியாமளி!''

சியாமளா திகைப்புடன் அவளைப் பார்த்தாள். ''நீயா? இந்த வீட்டுக் காம்பவுண்டைக்கூட நீ தாண்டி நான் பார்க்கல்லே. என்னை வெளி தேசத்துக்கு அழைச்சிட்டுப் போக உன்க்குச் சுதந்திரம் இருக்கா?''

''இருக்கு. பாதி சொத்துக்கு மேலே என்னைச் சேர்ந்தது. வெளியில் போக உற்சாகம் இல்லாததாலே நான் வீட்டிலேயே இருக்கேன். இப்ப உனக்காகக் கிளம்பறேன் சியாமளி!''

''எனக்கு நம்பிக்கையில்லே!''

''முதல்லே லக்னோவிலே ஒரு ப்ரோக்ராமுக்கு ஏற்பாடு பண்றேன் பாரு. நட்டுவாங்கம் நான் பண்றேன். பதங்கள் நான் பாடறேன். எனக்கு நாட்டியம் மறக்கல்லே சியாமளி!''

சந்தேகத்துடன் கேட்க ஆரம்பித்து, மீனாட்சியின் கண்களில் தெரிந்த தீவிரத்தைக் கண்டு மெல்ல மெல்லப் புலன்கள் விழித்துக்கொண்ட மாதிரி மேனி சிலிர்த்துப் போயிற்று. ''நிஜம்மாவா, நிஜம்மாவா!'' என்று அதரங்கள் கனவில் பேசுபவைபோல் முணுமுணுத்தன.

''இன்னிக்கே ஆட ஆரம்பி சியாமளி, ஒரே வாரத்தில் ப்ரோக்ராமுக்கு ஏற்பாடு பண்றேன்.''

சியாமளாவுக்கு உற்சாகத்தில் கண்களும் அதரங்களும் பளபளத்தன.

''இப்பவே ஆடறேன்!''

பூஜையறையிலேயே பத்திரப்படுத்தியிருந்த தன் சலங்கையை மீனாட்சி எடுத்துக் கொடுத்தாள். தாளக் கட்டை எடுத்து வந்து சம்பிரமமாக அமர்ந்தாள்.

"தாம்தித்தாம் தைத்ததை தாம் தித்தாம் தைத்ததை..."

சியாமளிக்கு உற்சாகம் கரைபுரண்டு போயிற்று. காலில் சலங்கையின் ஸ்பரிசம் ஒட்டுமொத்தமாக எல்லா ரத்த நாளங்களையும் மீட்டிவிட்டாற்போல் இருந்தது.

அலாரிப்பு முடிந்ததும் சியாமளா உற்சாகமாக ஆர்ப்பரித்தாள். "நீ மறக்கவேயில்லே மீனாட்சி!"

"என் ரத்தத்தோடு கலந்துபோன விஷயம் அது. ஒரு. நிர்பந்தத்தால ஆடாம இருக்கேன். என் ஆசையை உன் மூலமாகத் தீர்த்துக்கப் போகிறேன்!"

"என்ன ஆசை?"

சியாமளா திடுக்கிட்டுத் திரும்பிப் பார்த்தாள். மனோகரன் கதவை அடைத்த மாதிரி நின்றிருந்தான். இதுவரை அவள் பார்த்திராத கடுமை முகத்தில் தெரிந்தது.

மீனாட்சி பதில் ஏதும் சொல்லாமல் தலையைக் குனிந்துகொண்டாள்.

"என்ன ஆசை?" கர்ஜினையாக வந்தது கேள்வி.

"என்னுடைய நாட்டிய ஆசை. சியாமளியை டான்ஸ் ஆட வெச்சுத் தீர்த்துக்கப் போறேன்."

"இந்த வீட்டிலே அவ இருக்க முடியாது. அப்ப?"

சாட்டையடி பட்டாற்போல் சியாமளா நிமிர்ந்து பார்த்தாள். மனோகரன் தானா இது?

மீனாட்சி விருட்டென்று எழுந்து அவன் எதிரில் நின்றாள். அவனுடைய கையைப் பற்றி ஆத்திரமும் துக்கமும்

தொனிக்கக் கேட்டாள்: "வேணும்னே பட்சியோட சிறகை ஒடிக்கிற மாதிரி இது என்ன கொலை வெறி உங்களுக்கு நான் இதை அனுமதிக்க மாட்டேன்!"

அத்தியாயம் 18

மனோகரன் வெடுக்கென்று மீனாட்சியின் கரத்தை உதறினான். ஒரு புதிய ஆக்ரோஷத்துடன் அவளைப் பார்த்தான்.

"எனக்கு இந்த டிராமா ஸீன் எல்லாம் பிடிக்காது. என் இஷ்டத்துக்கு விரோதமா ஏதேனும் செஞ்சே, நீதான் இந்த வீட்டைவிட்டு முதல்லே கிளம்ப வேண்டியிருக்கும்!"

அவன் மறுவிநாடி திரும்பிப் பார்க்காமல் அறையைவிட்டு வெளியேறினான்.

சியாமளி விக்கித்துப் போய் நின்றாள். மீனாட்சி எதுவுமே பேசாமல் இறுகிய முகத்துடன் பழையபடி வந்து உட்கார்ந்தாள்.

சியாமளி மௌனமாகச் சலங்கையைக் கழற்றி வைத்து நடந்தாள்.

"சியாமளி? எங்கே போறே?"

"இரு மீனாட்சி. அவர்கிட்ட நானே பேசறேன்." மண்டை நூறாயிரம் சுக்கல்களாக ஆகிவிட்ட மாதிரி குழம்பிற்று. அவள் வெகு வேகமாக அறையைவிட்டு வெளியே வந்தாள். ஓட்டமும் நடையுமாக மனோகரனைத் தேடிக்கொண்டு போனாள். மூளையை ஒரே கேள்விதான் தாக்கிற்று. வேறு வார்த்தைகளே தோன்றாமல் ஒரே வார்த்தையாய் நின்றது.

ஏன்?

ஆத்திரமும் ஏமாற்றமுமாய் மேல்மூச்சு கீழ்மூச்சாய் இறைக்க அவள் அறையை அடைந்தபோது மனோகரன்

ஸோபாவில் அமர்ந்து பியர் குடித்துக்கொண்டிருந்தான். அவள் கண்ணே கொட்டாமல் அவனை சில விநாடிகள் பார்த்துவிட்டு வேகமாக எதிரில் நின்றாள்.

அவனது சாவதானப் பார்வையைப் பார்க்கப் பார்க்க அடிவயிற்றிலிருந்து ஒரு ஜ்வாலைக் கிளம்பிற்று. துக்கமும் ஏமாற்றமும் அதிர்ச்சியும் ஒரேயடியாய் வெடித்தன.

"என்னை ஏன் அப்படி ஒரு பொய் சொல்லி ஏமாத்தினீங்க?"

அவன் அலுங்காமல் கையிலிருந்த கண்ணாடி டம்ளரை மேஜை மேல் வைத்து எழுந்து அவளருகில் வந்தான். லேசாகப் புன்னகைத்தான்.

"பதட்டப்படாதே சியாமளிக் கண்ணு! என்ன பொய் சொன்னேன்? என்ன ஏமாத்தினேன்?"

"நா உங்களைக் கல்யாணம் செய்துண்டா என் நாட்டியத்துக்கு ஊக்கம் கொடுப்பேன்னு சொல்லல்லே? உலகப் புகழ் கிடைக்கும்படி செய்யறேன்னு சொல்லல்லே?"

வார்த்தைகளை சரியாக உச்சரிக்க முடியாமல் அவளுக்கு துக்கம் குமுறிக் கொண்டு வந்தது.

அவன் லேசாகச் சிரித்தான்.

"ஓ சியாமளி, என்னைப் புரிஞ்சுக்க முயற்சி பண்ணு. ஒவ்வொருத்தன் ஆயிரம் பொய் சொல்றான்!"

அவளை மிகத் தீவிரமாக பாதித்த ஒரு விஷயத்தை அவன் அவ்வளவு எளிதாக ஒதுக்கியது அவளுக்கு அதிர்ச்சியைத் தந்தது.

"என் நாட்டியத்தை நீங்க ரஸிச்சதும் பொய்யா? நா நாட்டியத்துக்கே பிறந்தவள்னு சொன்னதும் பொய்யா?"

அவன் சல்லாபமாகத் தன் இரண்டு கைகளாலும் அவள் இடையைப் பற்றித் தன் அருகில் இழுத்துக்கொண்டான்.

"இல்லே இப்பவும் அதே வார்த்தையைச் சொல்றேன். உன் அருமை தெரிஞ்சுதான் உனக்கு வலையை விரிச்சேன்!"

"ஏன்? இப்ப ஆடக்கூடாதுன்னு தடை போடவா?"

"நா ஒருத்தன் ரசிகன் இருந்தா உனக்குப் போறாதா சியாமளி? கண்டவன் எதிரிலெல்லாம் ஆடி ஹிந்திகாரனும் வெள்ளைக்காரனும் ஆஹான்னு சொல்றதுதான் பெருமையா?"

இவனுடைய புத்தி ஏன் இப்படி வக்கரித்துப் போயிருக்கிறது என்கிற திகைப்புடன் அவள் பார்த்தாள்.

"நா ஆடற நாட்டியம் தெய்வீகமானது மனோகரன்! மத்தவங்களை கவர்றதுக்காக நா ஆடல்லே. நாட்டிய மேடை எனக்கு தெய்வ சன்னிதானம் மாதிரி! நா அங்கே செய்யற ஆராதனையிலே நிறைய பேர் கலந்துக்கனும்னு ஆசைப்படறேன். அதோட சக்தியை வெளிப்பேருக்குக் காண்பிக்கணும்னு ஆசைப்படறேன்!"

"டான்ஸைப் பார்க்க வரவன் எல்லாம் இந்தக் கண்ணோடு வரமாட்டான். உன் கலையும் அழகும் கண்டவன் பார்வைக்குப் போகக்கூடாது. என் பார்வைக்கு மட்டும்தான் இருக்கணும்னு உன்னைக் கல்யாணம் செய்துண்டேன்!"

அவள் சரேலென்று அவனிடமிருந்து விலகினாள். பெரிய ஹாஸ்யத்தைக் கேட்ட மாதிரி சிரித்தாள்.

"கல்யாணமா? எதுக்கு செய்துண்டீங்க? நீங்க அடிக்கடி அந்த வார்த்தையை உபயோகிக்கிறதைத் தவிர உங்களுக்கும் எனக்கும் அந்த வார்த்தைக்கும் சம்பந்தமில்லே!"

அவள் திடீரென்று பெறுக்கெடுத்த கண்ணீருடன் அவனைக் கேட்டாள்.

"மீனாட்சி கேட்டதிலே என்ன தப்பு? என்னையும் என் கலையையும் பாழ் பண்ணணும்னு உங்களுக்கு ஏன் இந்த வக்ர புத்தி? ஒருத்தி சன்யாசினியா பூஜை ரூமிலே முடங்கிக் கிடக்கிறது போதவில்லையா? சொல்லுங்க மனோகரன்!"

அவன் தன் பார்வையை விலக்கிக்கொண்டு ஜன்னலருகில் சென்று நின்று கொண்டான். ஜன்னல் விளிம்பில் இருந்த அவனது விரல்கள் லேசாக நடுங்குவதையும் காதோரத்தில் நரம்புகள் புடைத்து அசைவதையும் அவள் கவனித்தாள்.

அவன் மெல்லிய குரலில் சொன்னான். "நீ பூஜை ரூமிலே இருக்க வேண்டியதில்லே சியாமளி. என் ரூமிலே இரு. எனக்காக நாட்டியமாடு! உன் நாட்டியத்தாலே..."

இவன் என்ன சொல்ல நினைக்கிறான் என்று புரியாமல் அவள் சில விநாடிகள் திகைத்து நின்றாள். பிறகு திடீரென்று எதிர்பாராமல் புரிந்து ஒரு அக்னி கிளம்பி கண்ணையும் மூக்கையும் காதையும் உடம்பையும் ஆக்ரமித்தது. அவள் அதனால் உந்தப்பட்டு – ஆக்ரோஷத்துடன் அவனருகில் பாய்ந்தாள். அவன் அணிந்திருந்த மிக உயர்ந்த லக்னோ சிக்கன் குர்த்தாவின் கழுத்தை இடது கையால் பிடித்து இழுத்து,

"என் நாட்டியத்தை அத்தனைக் கேவலமாவா நினைச்சே? என்னை வேசின்னா நினைச்சே?" என்று வலது கையால் மாறி மாறி அவன் கன்னத்தை அறைந்து,

அதே வேகத்தோடு வெளியில் வந்து மீனாட்சியின் அறையை நோக்கி ஓடினாள். மீனாட்சியின் எதிரில் மூச்சிரைக்க நின்று அவளிடம் என்ன சொல்வது என்று ஒரு விநாடி திகைத்து பீதி நிறைத்த குரலுடன் சொன்னாள்.

"மீனாட்சி நான் போயிடறேன் இங்கிருந்து! என்னாலே இருக்க முடியாது!"

மீனாட்சி அருகில் வந்து அவள் கைகளைப் பற்றினாள்.

"அவர் என்னை சொன்ன வார்த்தைக்காக நீ வருத்தப்பட்டுக்காதே சியாமளி. அவரை சரிப்படுத்திடலாம்கற நம்பிக்கை எனக்கிருக்கு."

"எனக்கு எதிலேயுமே நம்பிக்கையில்லே மீனாட்சி என்னை விட்டுவிடு."

"என்ன ஆச்சு சொல்லு அவர் என்ன சொன்னார்?"

சியாமளா மண்டையை அழுத்தமாகப் பிடித்துக்கொண்டாள்.

"தெரியல்லே. எனக்கு ஒண்ணுமே ஞாபகமில்லே. மண்டையெல்லாம் முலுமுலு என்கிறது மீனாட்சி..."

அவள் திடீரென்று கீழே உட்கார்ந்து முழங்கால்களைக் கட்டிக்கொண்டு அதில் முகத்தைப் புதைத்தபடி அழ ஆரம்பித்தாள்.

மீனாட்சி அவள் அருகில் வந்தமர்ந்து முதுகை வருடினாள்.

"அழாதே சியாமளி உனக்கு நா துணையா இருப்பேன். அவர் உனக்கு செஞ்ச அநியாயத்துக்கு நா பிராயச்சித்தம் பண்ணறேன். அவரே எதிர்த்து நின்னாலும் பரவாயில்லே. உன் முன்னேற்றத்துக்கு நா உதவி செய்யறேன்."

மீனாட்சி என்ன பேசுகிறாள் என்றே சியாமளாவுக்குப் புரியவில்லை. எதற்காக அழுகிறோம் என்றே புரியாமல் கண்ணீர் வந்தது. மூளை இயங்கவே இயங்காமல் மரத்து நின்றது.

மீனாட்சி வெகு நேரத்துக்கு அவள் பக்கத்தில் அமர்ந்து மெல்லிய குரலில் சமாதான வார்த்தைகள் சொல்லிக் கொண்டிருந்தாள். அவள் பக்கத்தில் இருக்கும் பிரக்ஞையே இல்லாதவள் போல் சியாமளா அமர்ந்திருந்தாள்.

சிறிது நேரம் கழித்து திடீரென்று சுயநினைவு வந்தவள்போல் தலை நிமிர்ந்து தலைப்பால் கண்ணையும் முகத்தையும் துடைத்துக்கொண்டு மீனாட்சியைப் பார்த்து லேசாகப் புன்னகைத்தாள்.

"நாளைக்குப் புரோக்ராம் இருக்கே! மறந்தே போயிட்டேன். டேப்பை போடறியா, நீயே பாடறியா?"

மீனாட்சி ஒரு வினாடி விழித்தாள். பிறகு திகைத்தாள்.

சியாமளி அதற்குள் எழுந்து புடவைத் தலைப்பை இழுத்துச் செருகி கொசுவத்தை லேசாக மேலே தூக்கி தரையைத் தொட்டுக் கண்களில் ஒற்றிக்கொண்டாள்.

"சாமி நின்னே கோரி நானு பண்றேங்க்கா!"

மீனாட்சியின் கண்களில் நீர் திரையிட்டது.

"சரி!"

"பாடேன்!"

மீனாட்சி பாட ஆரம்பித்தாள். அடுத்த பத்து நிமிஷங்களுக்கு சியாமளாவின் தன்னை மறந்த ஆட்டத்தின் பாவமும் ஜதிகளும் அற்புதமாக இருந்தன.

பாதி ஆட்டத்தில் சியாமளா சட்டென்று நிறுத்தினாள். முகத்தில் வெட்கத்தின் ரேகை படர்ந்திருந்தது.

"இந்த டான்ஸை ஆடி முடிச்சதும் மனோகரன் என்ன சொன்னார் தெரியுமா? மேடையிலே நா மனுஷியாட்டம் தெரியல்லியாம். தேவியோட சொரூபம் மாதிரி இருந்தேனாம்!"

மீனாட்சி தலையைக் குனிந்துகொண்டாள். சியாமளா சிரித்தாள்

"நா வெறும் மனுஷி! தேவியில்லே!" கனவில் நடப்பவள் போல் நடந்து கண்ணாடியின் முன் நின்றாள்.

"நாயகனுக்காகக் காத்திருக்கிற நாயகி... இதப் பார்த்தியாக்கா அவருடைய அன்போட அடையாளம்?"

சியாமளி செல்லக் குழந்தையை வருடுகிறார்போல் மார்பின் மீது படர்ந்திருந்த நெக்லெஸ்ஸை வருடினாள்.

"நாற்பதாயிரம்னா வாயைப் பிளக்காதே. எனக்கு விலையைப்பத்தின நினைப்பேயில்லே. அவர் கொடுத்தது என்கிறதுதான் எனக்கு முக்கியம்!"

"என்னை நீ அகில இந்திய புகழ் கிடைக்கணும்னுதானே குஞ்சம்மாகிட்டேந்து அழைச்சிட்டு வந்தே? இவர் எனக்கு உலகப் புகழ் வாங்கித் தரப் போறார்! அது அவருக்குக் கஷ்டமில்லே! செல்வாக்கிருக்கு, பணமிருக்கு..."

திடீரென்று சியாமளியின் முகபாவம் மாறியது. குழந்தை மாதிரி இருந்த வெகுளித்தனத்தில் முதிர்ச்சியும் ஆக்ரோஷமும் தெரிந்தது.

"பணம்... பணத்திமிர்தானே என்னை ஏமாத்த வெச்சது? அந்தத் திமிர்தானே நாற்பதாயிரத்தை விட்டெறிஞ்சு என்னை வாங்கப் பார்த்தது!"

அவள் வெடுக்கென்று கழுத்திலிருந்த ஹாரத்தைப் பிடுங்கினாள்.

"மீனாட்சி என்ன, சப்பைக்கட்டு கட்டறா – உனக்கு மனோதத்வப் பிரச்னையாமில்ல? மனசிருக்கா உனக்கு? உன் பிரச்சினைக்கு நான்தான் பலியா?"

அவள் ஆத்திரத்தை அடக்க முடியாதவளாய் அங்கிருந்த ஒரு கனமான பேப்பர் வெய்ட்டினால் நெக்லெஸ்ஸைத் தரையில் வைத்து ஓங்கி ஓங்கி அடித்தாள்.

"நீ ரசிகனா? பணத்திமிர்னாலே ஊரை ஏமாத்தறவன். உடம்பைக் கெடுத்துண்டதும் பணத்திமிர்னாலே! என்னை பலி வாங்க நினைச்சியா? அழிக்கப்பாத்தியா?"

உச்சந்தலைக்கு வெறி ஏறிவிட்ட மாதிரி இருந்தது. மண்டைத் தூள் தூளாக வெடித்துவிடும் போல் தோன்றிற்று.

மீனாட்சி பதறிக்கொண்டு ஓடி வந்து அவளைப் பிடித்தாள்.

"சியாமளி என்ன ஆச்சு உனக்கு? பேசாம இரு!"

"மீனாட்சி! உன் புருஷனுக்கிருக்கிறது மனோதத்வப் பிரச்சினை இல்லே. பணத்திமிர்! இரண்டு நாள்

சோத்துக்கில்லாம அடி. தன்னாலே சரியாயிடுவான்! நா இப்ப அடிக்கிறேன் பார் அதுமாதிரி!''

நெக்லெஸ்ஸின் நீலமும் முத்தும் அவளுடைய வெறி தாங்காமல் சிதறி விழுந்தன.

மீனாட்சி அவளுடைய தோளைப் பிடித்து உலுக்கினாள்.

''சியாமளி உன்னை நிதானப்படுத்திக்கோ.''

சியாமளா சற்றுநேரம் அவளை உற்றுப் பார்த்தாள். கரகரவென்று கண்களிலிருந்து நீர் வழிந்தது.

''குஞ்சம்மா! நீங்களா குஞ்சம்மா! உங்களைப் பார்க்க எனக்குத் தென்பில்லே! நா தோத்து போயிட்டேன்!''

அவள் மூர்ச்சையாவதைக் கண்டு மீனாட்சி அவசரமாக அவளைத் தாங்கிக் கொண்டாள். அங்கு வந்து நின்ற மனோகரனைப் பார்த்த மீனாட்சியின் பார்வையே பஸ்மமாக்கிவிடும் போல் இருந்தது.

அத்தியாயம் 19

மெல்ல மெல்ல புலன்கள் விழித்துக்கொள்ள ஆரம்பித்தன. பலவிதக் குரல்கள் சன்னமாகக் கேட்டன.

"அக்யூட் மேனிக் டிப்ரெஷன் இது நிஜத்துக்கும் கற்பனைக்கும் வித்தியாசம் தெரிஞ்சுக்க முடியாத மனசிலே ஏற்படற ஷிஸோஃப்ரேனிக் ரியாக்ஷன்!"

"சரியாயிடுவாளா டாக்டர்?"

"தீர்மானமாச் சொல்ல முடியாதும்மா. ரொம்பப் பொறுமையா, பரிவா இவங்களை நடத்தணும். அப்ப மெல்ல மெல்ல சரியாகலாம்..."

யாரோ விசித்து விசித்து அழும் குரல் கேட்டது.

"சியாமளி! சியாமளி!"

அவள் மிகலேசாக, மிகப் பிரயத்தனத்துடன் கண்களைத் திறந்தாள்.

கன்னங்களில் தாரை தாரையாக நீர் வழிய மீனாட்சி அமர்ந்திருந்தாள்.

சின்னக் குழந்தையை சமாதானப்படுத்துவதுபோல் அவள் கன்னங்களை வருடினாள். மிதமிஞ்சிய பச்சாதாபம் தொனிக்கச் சொன்னாள்.

"வருத்தப்படாதே சியாமளி. உன்னை நா தோற்க விடமாட்டேன் சியாமளி. உனக்குப் பக்க பலமா நா இருப்பேன். குஞ்சம்மா பூரிச்சுப்போற அளவுக்கு உன்னைப் பிரபலமாக்கறேன்!"

அவள் ஆயாசத்துடன் கண்களை மூடிக்கொண்டாள். வார்த்தைகளின் தாத்பர்யம் முழுசும் விளங்காமல் கலவரப்படுத்தின. கிட்டத்தட்ட இத்தகைய வார்த்தைகள்தான் அவளைக் கம்பத்துக்குக் கம்பம் விரட்டி அனுபவமெல்லாம் பைசாச நிழல்களாய் அவளைச் சூழ்ந்து மூளையில் ஒரு புகை மூட்டத்தை எழுப்பிற்று.

"சத்தயமாய் சொல்றேன். சியாமளி - என்னைப் பாரு! சிரி! பேசு! ப்ளீஸ்! நா உன்னை மறுபடி ஆடவைக்கிறேன் நானே நட்டுவாங்கம் செய்யறேன்! வெளிநாட்டுக்கெல்லாம் அழைச்சிட்டுப் போறேன். என்னைப் பாரேன்!"

அவள் மறுபடி மெள்ளக் கண்ணைத் திறந்தாள்.

மீனாட்சி ஏன் இப்படி அழுகிறாள் என்று புரியவில்லை, வாயிலிருந்து ஒரு வார்த்தை உச்சரிக்க முடியவில்லை.

மீனாட்சியின் பார்வையில் ஒரு கெஞ்சல் தெரிந்தது.

"நீ என்னை நம்பமாட்டே எனக்குத் தெரியும் - உனக்கு ஏற்பட்டுப்போன அனுபவத்தாலே யாரையும் நம்பமாட்டே. ஆனா இது சத்தியம் சியாமளி. உன் முன்னேற்றத்துக்கு - நா எல்லாவித உதவியும் செய்வேன் - யார் குறுக்கே நிக்கவும் விடமாட்டேன்! நா சொல்றதெல்லாம் உனக்குப் புரியறதா?"

குரல்வளையே இயங்காத நிலையில் சியாமளா அலங்க மலங்க விழித்தாள்.

"என்ன இதெல்லாம் பேஷன்டுக்கு எதிர்த்தாப்பிலே பேசற சமாதான டயலாகா?"

மீனாட்சி சுரீரென்று யாரையோ நிமிர்ந்து பார்த்தாள். மிக ஆக்ரோஷத்துடன் சொன்னாள்.

"இல்லே! அலங்காரமா பேசற வித்தையெல்லாம் எனக்குத் தெரியாது. நா சொன்னதெல்லாம் சத்தியமான வார்த்தை.

இவளை சரியாக்கறதுதான் இனிமே என் வேலையாக்கி மேடையேத்துவேன்! வெளிநாட்டுக்கு அழைச்சிட்டுப் போவேன்!''

''யாரைக் கேட்டுக்கிட்டு இதையெல்லாம் செய்யப் போறே?''

''நா யாரையும் கேட்க வேண்டியதில்லே! நீங்க செய்யற அக்கிரமத்தையெல்லாம் யாரைக் கேட்டுக்கிட்டு செய்யறீங்க? நா செய்யப்போற நல்ல காரியத்துக்கு யாருடைய அனுமதியும் வேண்டியதில்வே!''

''அவ்வளவு தைர்யம் வந்துடுத்தா உனக்கு?''

''நீங்க அதுக்கு என்ன வேணா பெயர் சொல்லுங்க எனக்கு வெறுத்துப் போச்சு. அதனாலே ஏற்பட்டுப்போன மனோதிடமா இருக்கலாம் அது. நா தினமும் என்னை அறியாம எனக்கு மனோதிடம் கொடுன்னு பிரார்த்தனை செஞ்சது இதுக்காகத்தான் இருக்கணும். நீங்க செஞ்ச பாவத்துக்குப் பிராயச்சித்தம் தேட என்னாலதான் முடியும் என்கிறதுக்காக இருக்கணும்!''

''எனக்கு உன் உளறல் எல்லாம் புரியல்லே!''

மீனாட்சி சீறிக்கொண்டு எழுந்தாள்.

''உங்களுக்கெப்படிப் புரியும்? பெரிய கலா ரசிகன்னு சொல்லிக்கிட்டு ஊரை ஏமாத்தி, இந்தப் பெண்ணை ஏமாத்தி இவ மூளையைக் கலங்கடிச்சு கலையைக் கொலை செஞ்சு...''

மீனாட்சி மேல்மூச்சு கீழ்மூச்சுவாங்க நின்றாள்.

''நீங்க செஞ்சது ஒரு கொலைக்கு சமானம்ன்னு தெரியுமா? உங்களுக்கெப்படிப் புரியும்? சுயநலமே கண்ணாய் இருப்பவருக்கு பணத்தைக் கொடுத்தா எந்தத் தப்பும் தப்பில்லேன்னு நினைக்கிறவருக்கு எப்படிப் புரியும்?''

''நீ பேசாம இருக்கமாட்டே?''

"மனசிலே இருக்கிறதைக் கொட்டிடறேன்- அப்புறம் சந்தர்ப்பம் கிடைக்காது. உங்க பணத்தைக் கண்டு பயந்து எல்லாரும் உங்களைக் கேள்வி கேக்கறதில்லே. ஏதோ ஒரு ஊமைக் கனவிலே, பைத்தியக்கார பிரமைகள்ளே நா இத்தனை நாள் பொறுத்துகிட்டிருந்தேன். இனிமே முடியாதுன்னு தீர்மானமாகிப் போச்சு. உங்க மனைவின்னு இங்கே அலங்காரமா இருக்கிறது மூச்சுமுட்டுது அதனாலே...!"

"அதனாலே...?"

"நீங்க செஞ்ச பாவத்துக்குப் பரிகாரம் நா தேடப் போறேன். இவளை அழைச்சிக்கிட்டு இங்கிருந்து போயிடப் போறேன்...!"

"வாட் டு யூ மீன்! உளறாதே!"

"உளறல்லே! எனக்கு அலுத்துப் போயிட்டது. இந்த இடத்திலேயே இருந்தா இவ உடம்பு சரியாகாது."

"என்னை விட்டுட்டுப் போற அளவுக்கு அவமேலே உனக்கு என்ன பிடிமானம்?"

அவள் வெறுப்பும் இகழ்ச்சியுமாக அவனைப் பார்த்தாள்.

"அவளுக்கிருக்கிற கலை ஞானம் தெய்வீகமானது. அதைப் பாழாக்கினம்னா அதைவிட பெரிய பாவம் வேறொண்ணும் இருக்க முடியாது. கலையிலே உண்மையான பக்தியும் ரஸனையும் உள்ளவங்களுக்குத்தான் அது புரியும். உங்களுக்குப் புரியாது!"

மனோகரன் திடீரென்று கத்தினான். "போ! போயிடு! இத்தனைத் திமிர் பிடிச்சவ இங்கே இருக்க வேண்டியதில்லே போயிடு!"

அந்தக் கூச்சிலிலேயும் வார்த்தைப் பரிமாறல்களையும் சரியாகப் புரிந்துகொள்ள இயலாமல் அவள் அலங்க மலங்க விழிக்கையில் மீனாட்சி அவள் கையை மென்மையாகப் பற்றினாள்.

"நாளைக்கே கிளம்பிடலாம் சியாமளி. இனிமே எந்த ஆசை வார்த்தையும் நம்மை மயக்கப் போறதில்லே. எந்தக் கற்பனையும் கற்பனை தர எதிர்பார்ப்பும் நம்மைப் பைத்தியமாக்கப் போறதில்லே..." இனம் புரியாத மனநிறைவுடன் சியாமளி கண்ணை மூடிக்கொண்டாள்.

...வாசலில் மாட்டு வண்டி நிற்கிறது. சின்ன சீட்டிப் பாவாடை, சட்டையில், அகல விரிந்த விழிகளுடன் குஞ்சம்மாவின் பின்னால் அவள் நிற்கிறாள்.

"நாட்டியத்துக்காகவே பிறந்தவள் அண்ணா சியாமளி. நாட்டியத்தைத் தவிர வேற எதிலேயும் புத்தி போகாம நான் அவளை வளர்க்கப் போறேன். நீங்க அவளைப்பத்தி எந்த கற்பனையும் வெச்சுக்கக் கூடாது. ஒப்புத்துப்பீங்களா?"

"சியாமளி...! சியாமளிக் கண்ணு!" அவள் திடுக்கிட்டுக் கண்ணைத் திறந்தாள்.

"உனக்கு ஒண்ணுமில்லே. சீக்கிரம் சரியாயிடுவே. பழையபடி ஆயிடுவே. நீ எங்கேயும் போகவேண்டாம். அந்தத் திமிர் பிடிச்சவ போகட்டும். நீ இங்கேயே இரு கண்ணு!"

காரணம் புரியாமல் அவளுக்குள் ஒரு எரிச்சல் ஏற்பட்டது. அவள் கைகளின்மேல் படர்ந்திருந்த அவனுடைய கைகளை அவள் அவசரமாக ஒதுக்கினாள். குரல் எழும்பவே மறுத்தது.

"என்மேலே கோபப்படறதிலே நியாயமே இல்லே, சியாமளிக் கண்ணு! இதப் பார், இதெ மறந்துட்டியா?"

படுத்திருத்த நிலையில் அவள் பார்வைக்கு நேர் மேலே அவன் கைகளிலிருந்து அது தொங்கிற்று. அவள் அன்று நசுக்கிய நசுக்கலை மீறி டாலடித்தது பச்சையும் நீலமும் மஞ்சளும் வாரி இறைத்தது.

"உனக்கு ஞாபகமில்லே? ஜெய்ப்பூர் அரண்மனையிலே வாங்கினது - மகாராணியுடைய நெக்லெஸ் - நாற்பதினாயிரம்

கொடுத்து வாங்கினது! எதுக்காக வாங்கினேன்னு உனக்குத் தெரியுமா?"

திடீரென்று ஒரு பெரிய ஜ்வாலை அடிவயிற்றில் பற்றிக்கொண்டது. மார்பு படபடத்து மேல்மூச்சு கீழ்மூச்சு வாங்கிற்று நாடி நரம்புகள் புடைத்து நெற்றி வியர்த்தது.

அவள் நாபிக்கு நேர் மேலாகப் பார்வையில் அடிக்கிற மாதிரி நெக்லெஸ் ஜொலித்தது.

அவள் சரேலென்று இரண்டு கைகளாலும் அதைப் பிடுங்கினாள். பலம் கொண்ட மட்டும் அதை வீசி எறிந்தாள். அது அவன் கன்னத்தை உரசியபடி ஜன்னலை நோக்கிச் சென்றது. ஆக்ரோஷம் அடங்காமல் அவள் அவனை நோக்கிப் பாய்ந்தாள். அவன் சட்டென்று உணர்ந்த பீதியுடன் அறைக்கு வெளியே விரைந்தான். உள்ளே நுழைந்த மீனாட்சியைப் பார்த்துத் "திமிர் பிடிச்ச கழுதைகள்" என்று சீறினான். "போயிடுங்க! தொலைஞ்சு போங்க!"

சோகமா துக்கமா என்று புரியாத ஒரு பாவம் மீனாட்சியின் முகத்தில் அமர்ந்தது. பேசவே பேசாமல் பிரமைப் பிடித்தவள் மாதிரி உட்கார்ந்திருந்த சியாமளியிடம் மெல்லிய குரலில் சொன்னாள்.

"தலையெழுத்து நல்லாயிருந்தா ஆண்டவனாப் பார்த்து நல்ல புத்தியைக் கொடுக்கட்டும்! இல்லேன்னா விமோசனம் கிடையாது!"

சியாமளி எதுவும் காதில் படாமல் அமர்ந்திருந்தாள்.

⚜

"பாவயாமி ரகுராமம்..."

நடுக்கூடத்தில் மாணவிகள் ஆடிக் கொண்டிருக்கிறார்கள். மீனாட்சி அதில் ஒன்றிப்போய் பாடிக்கொண்டிருக்கிறாள்.

இத்தனை சத்தத்துக்கும் நடுவில் எங்கோ நிலைக்குத்தின பார்வையுடன் அமர்ந்திருக்கும் சியாமளியைக் குஞ்சம்மா கவலையுடன் பார்க்கிறாள் சொற்கட்டும் ஜதிகளும் சூடு பிடிக்கையில் சியாமளியின் முகத்தின் தசைகள் மிக லேசாக இளகுகின்றன. பாத விரல்கள் தாளமிசைக்கின்றன. ஈரம் கசிந்த கண்களுடன் குஞ்சம்மா மீனாட்சியுடன் சேர்ந்து பாடுகிறாள்.

"விலஸித பட்டாபிஷேகம்... விஷ்வபாலம் பத்மநாபம்..."

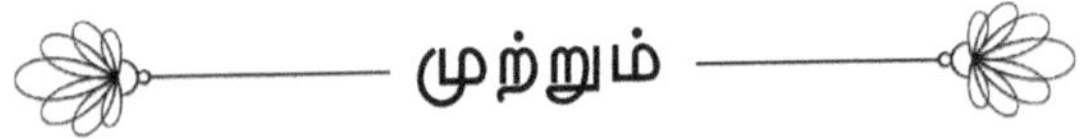

முற்றும்

www.ingramcontent.com/pod-product-compliance
Lightning Source LLC
Chambersburg PA
CBHW021009180726
47993CB00019B/2135